நான் நாத்திகன் ஏன்?

நான் நாத்திகன் ஏன்?

மாவீரன் பகத்சிங்

தமிழில்:

தோழர் ப. ஜீவானந்தம்

எதிர் வெளியீடு

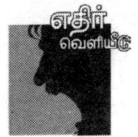

நான் நாத்திகன் ஏன்?
மாவீரன் பகத்சிங்
தமிழில்: பா. ஜீவானந்தம்

எதிர் வெளியீடு முதல் பதிப்பு: நவம்பர் 2012
பதிமூன்றாம் பதிப்பு: ஜூலை 2021

எதிர் வெளியீடு,
96, நியூ ஸ்கீம் ரோடு, பொள்ளாச்சி - 642 002
தொலைபேசி: 04259 - 226012, 99425 11302
வடிவமைப்பு: பா. ஜீவமணி

விலை: ரூ. 60

Nan Nathigan een?
Bagath Singh
Translated By P. Jeevanandam

Ethir Veliyeedu First Edition: November 2012
13th Edition: July 2021

Published by
Ethir Veliyeedu,
96, New Scheme Road. Pollachi - 642 002.
email: ethirveliyedu@gmail.com
www.ethirveliyedu.in

ISBN: 978-93-84646-54-7
Cover Design: Jeevamani
Printed at Jothy Enterprises, Chennai.

மாவீரன்
பகத்சிங்
28 செப்டம்பர் 1907 - 23 மார்ச் 1931

ஓர் புத்தம் புதிய பிரச்சினை கிளம்பி இருக்கிறது. இந்தப் பிரச்சினையானது சர்வவல்லவனும், சர்வ வியாபியும், சர்வதயாபரனும் ஆகிய கடவுள் ஒருவன் உண்டு என்று நான் நம்பாதது எனது அகங்காரமே காரணமாக இருக்குமா? இதுபோன்ற ஒரு பிரச்சினையைப் பற்றி எப்போதாவது விவாதிக்க நேரிடுமென்று நான் கனவிலும் கருதியதில்லை. நான் நாத்திகம் பேசுவது அதிகப்பிரசங்கித்தன மென்றும், எனது அவநம்பிக்கைக்குக் காரணம் என்னுடைய ஆணவமும் அகந்தையுமேயென்றும், என்னோடு சில நாள்கள் பழகிய சில நண்பர்கள் அபிப்பிராயப் படுகிறார்களென்று, எனது ஆருயிர்த் தோழர்கள் மூலமாக அறிந்து கொண்டேன். என்றாலும் இந்தப் பிரச்சினை ஒரு முக்கியமான பிரச்சினை என்பதில் ஆட்சேபணை இல்லை. இதைத் தெள்ளத்தெளியப் பரிசீலனை செய்ய வேண்டியதும் அவசியந்தான். இவ்விதப் பரிசீலனை விஷயத்திலே நானே மகா நிபுணன் என்று என்னைப் பற்றிப் பெருமை பாராட்டிக் கொள்வதாக யாரும் நினைத்து விடக்கூடாது என்று தெரிவித்துக் கொள்கிறேன். நான் ஒரு சாதாரணமான மனிதனேயொழிய, மனிதத் தன்மைக்கு மேற்பட்ட எவ்விதச் சக்தியும் உடையவனல்ல. இவ்வுலகில்

எவனும் தன்னை மனிதத் தன்மைக்கு மீறினவன் என்று உரிமைக் கொண்டாட முடியவே முடியாது என்பதே எனது முடிவு. என்னிடத்தில் சில குறை பாடுகள் இருப்பதை நான் உணர்வேன். எனது இயற்கை சுபாவத்திலே அகங்காரம் என்பதும் ஒரு பாகமாக இருக்கிறது. எனது தோழர்களிடையில் நான் ஒரு எதேச்சாதிகாரி (Autocrat) என்றே அழைக்கப் பட்டேன். எனது ஆருயிர்த் தோழரான பூதகேஸ்வர தத்தும் (B.K.Dutt) கூட என்னைச் சிற்றில சமயங்களில் அவ்வாறு அழைத்ததுண்டு. சில சந்தர்ப்பங்களில் எனது தோழர்கள் என்னை ஒரு அடாவடிக்காரன் என்று சொல்வதற்குக்கூட நான் ஆளாயிருந் திருக்கிறேன்.

தற்பெருமையா? அகங்காரமா?

நான் என்னை அறியாமலே எனது அபிப்பிராயங் களைப் பிறர் மீது சுமத்தி, அவைகளை அவர்கள் அங்கீகரித்தாக வேண்டுமென்று நிர்ப்பந்திக்கிறேன் என்பதாக எனது தோழர்களில் சிலர் என்னை உண்மையிலேயே கடுமையாகக் குற்றம் கூறுகிறார் கள். இது ஒரு குறிப்பிட்ட அளவுக்கு உண்மைதான். நான் இதனை மறுக்கவில்லை. இதை எனது அகம் பாவம் என்று கூறினாலும் கூறலாம். ஆனால் அப்படிப்பட்ட தற்பெருமையானது, நம்மிடத்தில் மலிந்து கிடக்கும் பழக்க வழக்கங்களை எதிர்த்துப் போராடுவதற்கும் அவற்றைத் தாக்குவதற்கும் இருந்து வருகிறது. ஆனால் அதில் சுயநலம் ஏதுமில்லை. ஒருக்கால் அப்படியிருந்தாலும் அது வாழ்க்கைக்குரிய நியாயமான கவுரவமாகுமேயன்றி, அகங்காரத்தோடு சேர்க்கத்தக்கதாகாது. வீண் பெருமை அல்லது தெளிவாகக் கூறினால் அகங்கார மென்பது 'தன்னைப் பற்றி தகுதியற்ற முறையில்

மிதமிஞ்சி கர்வம் பாராட்டிக் கொள்வதேயாகும். மேலே சொன்ன தகுதியற்ற தற்பெருமைதான் என்னை நாத்திகனாகும்படி தூண்டிற்றா? அன்றி, சர்வ ஜாக்கிரதையாக விஷயங்களைக் கவலை கொண்டு விரிவாக, ஆழமாக, நுணுக்கமாகப் பரிசீலனை செய்து, இராப்பகலாகச் சிந்தித்தன் பலனாக நான் நாஸ்திகத்தை மேற்கொண்டு கடவுள் மறுப்புக்காரனாக ஆனேனா? என்கிற பிரச்னையைப் பற்றியே முதலில் நான் இங்கு விவாதிக்க விரும்பு கிறேன். ஆனால் முதன்முதலில் தற்புகழ்ச்சியும், அகங்காரமும் இரண்டு வெவ்வேறான தன்மைகள் என்பதை நான் தெளிவாக்க விரும்புகிறேன்.

முதலாவதாக, தற்பெருமையோ அல்லது வீண் கவுரவமோ ஒரு மனிதனுக்கு எவ்வாறு தெய்வ நம்பிக்கைக்கு முட்டுக்கட்டையாக இருக்கக் கூடு மென்பதை என்னால் கிஞ்சிற்றும் உணர்ந்து கொள்ள முடியவில்லை. நான் பெருந்தன்மைக்கு வேண்டிய யோக்கியதாம்சங்களின்றியோ அல்லது ஒரு பிரமுகனுக்கு இன்றியமையாத குணங்கள் இல்லாலோ பொதுஜன செல்வாக்கைப் பெற்றிருந் தால்தான் நான் உண்மையான ஒரு மகானின் பெருமையை மறுக்கக்கூடும். ஆனால் கடவுள் நம்பிக்கையில் அழுந்தியிருக்கிற ஒரு மனிதன், எவ்வாறு தன்னுடைய சொந்த அகங்காரத்தின் காரணமாகக் கடவுள் நம்பிக்கையை விடமுடியும்? இதற்கு இரண்டு வழிகள்தான் உண்டு. ஒன்று அவன் தன்னைக் கடவுளின் பரமவிரோதி என்று கருதத் தொடங்க வேண்டும் அல்லது அவன் தானே கடவுள் என்று நம்ப ஆரம்பிக்க வேண்டும். இவ்விரு விதத்தினால்கூட அவனை ஒரு சம்பூர்ணமான நாத்திகனென்று கொள்ள முடியாது. முதலாவது

விசயத்தில் அவன் தனக்கு எதிரி. அதாவது கடவுளைத் தனக்கு எதிரியாக நினைக்கிறவன். கடவுள் ஒருவர் இருக்கிறார் என்று நினைத்துத்தான் அவரை எதிரியாக்குகிறான். ஆதலால் கடவுள் உண்டு என்பதை மறுக்கவில்லை.

அடியோடு மறுக்கிறேன்

இரண்டாவது விஷயத்தில், தன்னறிவோடு கூடிய ஒரு சக்தி திரைமறைவிலிருந்து பிரபஞ்சத்தை இயக்கிக் கொண்டிருக்கிறதென்பதை அவன் ஒத்துக் கொள்கிறான். அவன் அந்த 'ஈடும் எடுப்பு மில்லாத' வஸ்துவே தான் என்று கருதிக் கொண்டாலும் சரி, அல்லது அந்த மேலான வஸ்துவைத் தன்னையன்றிப் பிறிதொன்றாக அவன் கருதிக் கொண்டாலும் சரி, நாம் அதைப் பற்றிக் கவலைப்படவில்லை. அது நமக்கு முக்கியமான விஷயமுமல்ல. நான் குறிப் பிடுவதெல்லாம் 'கடவுள் உண்டு' என்கிற நம்பிக்கை - ஆராய்ச்சி விஷயத்தின் கடவுள் உணர்ச்சிக்கு அடிப்படையான தத்துவம் ஆகியவை அதில் அடங்கியிருக்கிறது. ஆகவே அப்படிப்பட்டவனை எவ்விதத்திலும் நாத்திகனென்று கூறமுடியாது.

நன்று! இங்கு எனது நிலைமையை விளக்குவது பொருந்தும். நான் மேலே கூறிய முதற்பிரிவையோ, இரண்டாவது பிரிவையோ சேர்ந்தவனல்ல. 'சர்வ லோக சரண்யனாகிய ஜகதீசன்' ஒருவன் அல்லது முழு முதற்கடவுள் ஒன்று - உண்டு என்பதையே நான் அடியோடு மறுக்கிறேன். நான் ஏன் மறுக் கிறேன் என்பதைப் பின்னால் விரிவுப்படுத்துகிறேன். ஆனால், நான் நாத்திகவாதக் கொள்கைகளையும் கோட்பாடுகளையும் உடையவனாயிருப்பது என்னு டைய அகங்காரத்தின் காரணமாகவோ ஆணவத்

தாலோ அல்ல என்பதை இங்குத் தெளிவுப்படுத்த விரும்புகிறேன். நான் அந்த முழுமுதற் கடவுளு மல்ல! அதன் அவதாரமுமல்ல! அதனோடு போட்டி போடுகிறவனுமல்ல. எனவே நான் நாஸ்திகக் கொள்கையைக் கொண்டதற்கு மேற்கூறியபடி எனது அகங்காரம் காரணமல்லவென்பது இதனால் தீர்மானிக்கப்பட்டுவிட்டது. ஆயினும், இவ் விஷயத்தைப் பட்டவர்த்தனமாக உணர்த்தும் பொருட்டு நான் தகுந்த ஆதாரங்களைக் கொண்டு பல உண்மைகளைப் பரிசீலனை செய்ய விரும்பு கிறேன்.

சிறுவயதில் கடவுள் பக்தனே

டில்லி வெடிகுண்டு வழக்கு சம்பந்தமாகவும், லாகூர் சதி வழக்கு சம்பந்தமாகவும் நடந்த விசாரணைகளின் போது எனக்கு ஏற்பட்டுள்ள பொதுஜனச் செல்வாக்கினால் நான் தகுதியற்ற பெருமைக்கு - கொடிய அகங்காரத்திற்கு இரையாகி விட்டேன் என்பது எனது நண்பர்கள் பலரின் அபிப்பிராயம். அவர்கள் கொண்ட இவ்வபிப்பிராயம் சரிதானாவென்று ஆராய்வோம். எனது நாஸ்திக உணர்ச்சி இவ்வளவு சமீபகாலத்தில் தோன்றியதன்று. பிறர் என்னைத் தெரிந்து கொள்ளாத சாதாரண வாலிபனாக இருந்த காலத்திலேயும் மற்ற எனது தோழர் பலருக்கு கடவுள் என்பதாக ஒன்று இருக்கிறது என்று தெரிவதற்கு முன்பேயும் தெய்வ நம்பிக்கையை விட்டு விட்டேன். இதை எனது தோழர்கள் அறியார். கல்லூரி மாணாக்கனாக மட்டும் இருக்கும் ஒருவன், நாத்திக உணர்ச்சியைத் தூண்டத்தகுந்த அவ்வளவு மிதமிஞ்சிய அகங்காரத்தைப் பெருக்கிக் கொள்ள முடியாது. கல்லூரியில் வாசிக்கும் பொழுது, நான் சில

ஆசிரியர்களால் நேசிக்கப்பட்டேன். சிலரால் வெறுக்கப்பட்டேன். என்றாலும் நான் ஒருபோதும் மிகுந்த சுறுசுறுப்புடைய மாணாக்கனாகவோ சதா படித்துக் கொண்டிருக்கும் பையனாகவோ இருந்ததில்லை. அந்நாளில் அகங்காரத்தால் தலை கொழுக்கும் உணர்ச்சிகள் ஊட்டும் சந்தர்ப்பங்கள் எனக்கு ஒன்றேனும் வாய்க்கவில்லை. நான் சுபாவத்தில் நாணயமும், கூச்சமும் உள்ள பையனாக இருந்ததோடு, பிற்கால வாழ்க்கையில் நம்பிக்கை யற்றவனாகவும், குழப்பமுடையவனாகவும் இருந்தேன். அக்காலத்தில் நான் ஒரு பூரண நாஸ்திகவாதியல்ல. என்னைச் சீராட்டிப் பாராட்டி வளர்த்த என்னுடைய பாட்டனார் மிகப் பிடிவாத முள்ள வைதீக ஆரிய சமாஜி. ஆரிய சமாஜி வேறு எதற்கு வேண்டுமானாலும் இடங்கொடுப்பர். ஆனால் நாஸ்திகத்திற்கோ கடுகளவும் இடங் கொடாத பரம விரோதி. எனது ஆரம்பக் கல்வியை முடித்தபிறகு நான் லாகூர் டி.ஏ.வி (D.A.V.) கலா சாலையில் சேர்ந்து அங்குள்ள விடுதியில் (Boarding House) ஒரு வருஷம் கழித்தேன். அங்கே நான் காலை மாலை பிரார்த்தனைகளோடு காயத்திரி மந்திரத்தை மணிக்கணக்காக ஜெபிப்பது வழக்கம். அக்காலத்தில் நான் ஓர் பரம பக்தனாகவே இருந்தேன். பின்னர் எனது தகப்பனாரோடு வாழ ஆரம்பித்தேன். மத வைராக்கியத்தைப் பொறுத்த மட்டில் அவர் ஒரு தாராள நோக்குடையவராகவே இருந்தார். அவருடைய உபதேசங்களால்தான் நான் சுதந்திரத்திற்காக எனது வாழ்க்கையைத் தத்தஞ் செய்ய வேண்டுமென்ற உணர்ச்சியும், உறுதியும் கொண்டேன். ஆனால், அவர் ஒரு நாஸ்திரகல்ல. அவர் கடவுளிடத்தில் திடமான நம்பிக்கையு டையவர். தினசரி பிரார்த்தனை செய்யும்படியாக

அவர் எனக்கு உற்சாகமூட்டுவது வழக்கம்.

இவ்விதமாகவே நான் ஆரம்பத்தில் வளர்க்கப் பட்டேன். ஒத்துழையாமைக் காலத்தில் நான் தேசியக் கல்லூரியில் சேர்ந்தேன். அங்குத்தான் எல்லா மதங்களைப் பற்றியும் - கடவுளைப் பற்றி யும் கூட - தாராளமாக எண்ணுவதற்கும், ஆராய்ச்சி செய்வதற்கும், தர்க்கிப்பதற்கும் ஆரம்பித்தேன். அப்பொழுதும்கூட நான் பரம தெய்வ பக்தனாகவே இருந்தேன். அதுகால பரியந்தம் நான் எனது தலை மயிரைக் கத்திரித்து விடாமல் (மதச்சாரப்படி) வளர்த்துக் கட்டிக் காப்பாற்றி வந்தேனானாலும், சீக்கிய மதத்திலும் பிற மதங்களிலுமுள்ள சித்தாந் தங்களிலும் கொள்கைகளிலும் எனக்குக் கிஞ்சிற் றும் நம்பிக்கை என்பதே கிடையாது. ஆனால் கடவுள் ஒருவர் உண்டு என்பதில் மாத்திரம் எனக் குப் பூரண நம்பிக்கையிருந்தது.

புரட்சி இயக்கத்திலும் போலிகள்

பிற்காலத்தில் நான் புரட்சி இயக்கத்தில் ஈடு பட்டேன். அங்கு முதன்முதலில் நான் சந்தித்த தலைவரானவர் கடவுள் உண்டு என்ற பூரண நம்பிக்கை உடையவர் அல்ல. என்றாலும் கடவுள் இல்லை என்றும் கூற அவருக்குத் துணிவு ஏற்பட வில்லை. கடவுளைப் பற்றி நான் இடைவிடாது வற்புறுத்தி அவரிடம் கேட்கும் போதெல்லாம் அவர் "உனக்கு இஷ்டமிருந்தால் மாத்திரம் கடவுளை வணங்கு" என்றே சொல்லி வருவார். இந்தப் பதில் ஒரு நாஸ்திக உணர்ச்சியே ஆனாலும், பகிரங்கமாக நாஸ்திகத்தை ஒப்புக் கொள்வதற்குரிய தைரியம் அவருக்கு இல்லை. யான் சந்தித்த இரண்டாவது தலைவரோ பழுத்த ஆஸ்திகம். அவரது பெயர்

கண்ணியமிக்க தோழர் சசீந்திரநாத் சன்யால் (கராச்சி சதி வழக்கில் சம்பந்தப்பட்டு இப்பொழுது ஆயுள்கால தீவாந்திர சிஷை அனுபவித்துக் கொண்டிருப்பவர்). அவர் 'பண்டி ஜீவன்' அல்லது 'அடிமை வாழ்க்கை' என்றொரு நூல் எழுதி யிருக்கிறார். அது மிகவும் புகழ் பெற்றது. அந்த நூலின் முதற்பக்கத்திலேயே, கடவுளின் பெருமை யைப் பற்றி உத்வேகத்தோடும் ஆத்திரத்தோடும் பாடப்பட்டிருக்கிறது. அதனுடைய இரண்டாம் பாகத்தின் கடைசிப் பக்கத்தில் வேதாந்தத் தத்துவங்கள் செறிந்த ஈஸ்வர ஸ்தோத்திரங்கள் காணப்படுகின்றன. அவற்றை அவருடைய அபிப் பிராயங்களின் முக்கியாம்சம் எனக் குறிப்பிடலாம். 1925 ஜனவரி மாதம் 28-ம் தேதி இந்தியா முழுவதும் பரப்பப்பட்ட 'புரட்சித் துண்டுப்பிரசுரம்' அவரு டைய புத்திக்கூர்மையின் விளைவே என்று பிராசி கியூஷன் தரப்பாரால் எடுத்துக் காட்டப்பட்டது. கீர்த்தி வாய்ந்த தலைவர் தாம் அருமையாகப் பாராட்டுகிற அபிப்பிராயங்களை வெளியிடுகிறார். அவரைப் பின்பற்றுவோர் தாங்கள் மாறுபட்ட அபிப்பிராய முடையோராயிருந்த போதிலும் அவருக்கு உடன்பட்டுத் தீர வேண்டியிருக்கிறது. இது இரகசிய வேலைகளில் தடுக்க முடியாதபடி நிகழ்கிறது. அந்தத் துண்டுப்பிரசுரத்தில் 'சர்வேஸ் வரனையும் அவனுடைய திருவிளையாடல்களை யும் போற்றிப் புகழ்வதற்காக ஒரு முழுப் பத்தி தத்தஞ் செய்யப்பட்டிருக்கிறது. அதில் கூறப் பட்டிருக்கும் விஷயமோ முற்றும் 'பிரம்ம ரகசி யம்.' நான் எடுத்துக் காட்ட விரும்புவது என்ன வென்றால், புரட்சிக் கட்சியில் (அதுவரையில்) 'கடவுள் உண்டு' என்பதில் அவநம்பிக்கை கொள் ளும் அபிப்பிராயம் முளைக்கவில்லை என்பதே

யாகும். பெரும் புகழ்பெற்ற காக்கோரி தியாகிகள் நால்வரும் தங்களுடைய கட்சி வாழ்நாள்களைப் பிரார்த்தனையிலேதான் கழித்தார்கள். ராமபிரசாத பிஸ்மில் என்பவர் ஒரு வைதீக ஆரிய சமாஜியானார். ராஜன்ய லாகிரி என்பவர், சமதர்மத்தையும், பொது வுடைமையையும் பற்றி விரிவாக ஆராய்ச்சி செய்தி ருந்தும் தமது கடைசிக் காலத்தில் கீதையிலிருந்தும், உபநிஷத்துகளிலிருந்தும் சுலோகங்கள் ஜெபிக்க வேண்டுமென்று எழுந்த ஆர்வத்தை அவரால் அடக்க முடியவில்லை. அக்கூட்டத்தில் பிரார்த் தனையே செய்யாத ஒருவரை யான் கண்டேன். அவர் அடிக்கடி "மனிதனின் பலவீனத்தாலும் கட்டுப்பட்ட அறிவாலும் உதித்ததுதான் தத்துவ சாஸ்திரம்" என்று சொல்லுவார். அவரும் ஜென்ம தண்டனை விதிக்கப்பட்டு இப்பொழுது தீவாந்திர சிஷை அனுபவித்துக் கொண்டிருக்கிறார். ஆனால், அவர் கூட ஒருபோதும் கடவுள் உண்டென்பதை மறுத்துக் கூறத் துணிந்தாரில்லை.

ஆராய முற்பட்டேன்

அன்றுவரை, நான் ஒரு வீர இலட்சியங் கொண்ட புரட்சிக்காரனாக மாத்திரமே இருந்தேன். அதுவரை நாங்கள் பின்பற்றுகின்றவர்களாக மாத்திரமே இருந்தோம். அவர்கள் எல்லாம் தண்டனை அடைந்த பிறகு கட்சியின் முழுப் பொறுப்பையும் சுமக்க வேண்டிய பொறுப்பு எனக்கு ஏற்பட்டது. சில காலமாக ஏற்பட்ட தடுக்க முடியாத எதிர்ப் பால், கட்சி உயிரோடிருப்பதுகூட அசாத்தியமென்று தோன்றிற்று. உணர்ச்சியும் உத்வேகமும் உச்சி முதல் உள்ளங்கால் வரையிற் கொண்ட தோழர்கள் - ஏன் தலைவர்கள் கூட எங்களைப் பார்த்துப் பரிகாசம் செய்ய ஆரம்பித்தார்கள். எங்களுடைய வேலைத்

திட்டம் பிரயோசனமற்றதென்பதாகப் பிற்காலத்தில் எப்பொழுதாவது ஒருநாள் உணரும்படியான நிலைமை வருமோவெனச் சில சமயங்களில் பயந்ததுண்டு. அது எனது புரட்சி வாழ்க்கையில் புதியதொரு மாறுதலை உண்டாக்கிய சம்பவ மாகும். "கற்றுணர் - எதிராளிகளின் பலமான ஆட்சேபங்களுக்கு அச்சமின்றி ஆணித்தரமான ஆப்புகளும் கண்டனங்களும் கொடுப்பதற்காகக் கற்றுணர். உன்னுடைய இலட்சியம், கொள்கை இவைகளின் போக்கைப் பரிசீலனை வாதங்களால் பாதுகாத்துக் கொள்ளும் பொருட்டுக் கற்றுணர்" என்னும் உணர்ச்சிகள் என்னுடைய மனத்தின் வாசற்படியில், கடல் அலைகளைப் போன்று கிளம் பித் தாவித்தாவி முட்டின - மோதின. நானும் விஷயங்களைக் கற்றுணர - தெள்ளிதில் ஆராய்ந் தறிய ஆரம்பித்தேன். என்னுடைய பழைய நம்பிக் கையும், முடிவுகளும் சிறப்பாக ஒரு பெரும் மாற்றம் கொண்டன. எங்களுக்கு முன் இருந்து வந்த புரட்சிக்காரர்களிடையில், மனக்கோட்டையான பலாத்கார ரகசிய முறைகளே பிரதானமடைந் திருந்தன. பற்பல புதிய அபிப்பிராயங்களால் அவைகள் மாற்றமடைவதற்கு இடந்தர வேண்டிய தாயிற்று. அப்படிப்பட்ட மாற்றத்திற்கு மூடு மந்திரமோ மூடநம்பிக்கையோ சிறிதும் அவசியமில்லை எனக்கண்டு அனுபோக சாத்தியமான உண்மைத் தத்துவத்தையே கடைப்பிடித்தோம். தடுக்க முடியாத நிலையில் அதுவும் அவசியம் நேர்ந்தால் பலாத்காரப் பிரயோகம் செய்வதை நியாய ரீதியானது என்று உணர்ந்தோம். ஆனால், "பொதுஜன இயக்கங்கள் எல்லாவற்றிற்கும் 'சாத்வீகம்' என்பது காரியம் சாதிக்கும் தோரணையில் அவசியமானது"

இவ்வளவுதான் இவற்றைப் பற்றிய இரகசியம்.

பச்சை நாத்திகனானேன்

ஆனால், நமது போராட்டத்திற்குரிய லட்சியம் எது என்று தெளிவாக அறிந்திருக்க வேண்டியதே மிக முக்கியம். நாங்கள் காரியத்தில் காட்டித் தீர வேண்டிய குறிப்பான திட்டமெதுவும் அப்பொழுது எங்களுக்கு இல்லாதிருந்த காரணத்தால் உலகப் புரட்சி சம்பந்தமான பல திறப்பட்ட லட்சியங்களை ஆற அமரச் சீர்தூக்கிப் பார்ப்பதற்குப் போதுமான சந்தர்ப்பம் எனக்குக் கிடைத்தது. நான் அராஜகத் தலைவரான *(Anarchist Leader)* பக்குனின் என்பவரின் தத்துவங்களைக் கற்றேன். பொது உடைமைத் தத்துவத்தின் தந்தையாகிய மார்க்சின் நூல்களில் சிலவற்றைக் கற்றுணர்ந்தேன். ஏகச்சக்ராதிபத்திய ஆதிக்க இருள் அடர்ந்திருந்த தங்களுடைய நாட்டில் புரட்சியை வெற்றிகரமாகச் செய்து முடித்த கர்ம வீரர்களான லெனின், ட்ராஸ்ட்கி இன்ன பிறரால் இயற்றப்பட்ட நூல்களில் பெரும்பாலானவற்றை அலசி அலசி ஆராய்ச்சி செய்தேன். அவர்கள் எல்லோரும் பச்சை நாத்திகர்களே.

பக்குனின் எழுதிய ‘கடவுளும் ராஜ்யமும்’ *(God and State)* என்ற நூல் பூர்த்தி செய்யப்படாது துண்டு துணுக்குகளாக இருந்த போதிலும், விஷயத்தை வெகு ருசிகரமாக விளக்குகிறது. சில காலத்திற்குப் பின் நிர்லம்ப சாமியால் எழுதப்பட்ட ‘பகுத்தறிவு’ *(Commen Sence)* என்னும் புத்தகத்தையும் படிக்க நேர்ந்தது. அதில் நாத்திகவாதம் தெளிவுபடும் படியில்லாமல் ஒரு தினுசாகக் கூறப்படுகிறது. இந்த விசயமானது அந்தக் காலத்தில் எனக்கு மிக ருசிகரமானதாகி, எனது உள்ளத்தைக் கொள்ளை

கொண்டுவிட்டது. 1926-ஆம் ஆண்டு முடிவில், இந்தப் பிரபஞ்சத்தைப் படைத்து, காத்து, நடத்தி வரும் சர்வ சக்தி வாய்ந்த கடவுள் ஒருவர் உண்டு என்ற கொள்கை அடியோடு ஆதாரமற்றதென உணர்ந்து கொண்டுவிட்டேன். என்னுடைய இந்தத் தெய்வ நம்பிக்கையற்ற தன்மையை - நாத்திக வாதத்தை - பகிரங்கப் படுத்தினேன். நான் இவ் விஷயங்களைப் பற்றி எனது தோழர்களோடு விவாதிக்கத் தொடங்கினேன், அது என்ன என்பதைப் பற்றி கீழே விவரிக்கிறேன்.

கைது செய்யப்பட்டேன்

1927-ஆம் ஆண்டு மே மாதம் நான் லாகூரில் கைது செய்யப்பட்டேன். கைது செய்யப்பட்டது திடீரென ஏற்பட்டதாகும். போலீசார் என்னைத் தேடித் திரிகிறார்கள் என்ற விஷயம் எனக்குக் கொஞ்சமும் தெரியவராது. நான் ஒரு தோட்டத்தின் வழியாகப் போய்க் கொண்டிருக்கும் பொழுது திடீரென என்னைப் போலீசார் சூழ்ந்து கொண்டதைக் கண்டேன். அச்சந்தர்ப்பத்தில் நான் மிகுந்த சாந்தமாகவும் ஆச்சரியப்படும்படியாகவும், அமைதி யாகவும், பொறுமையாகவும் நடந்து கொண்டதானது எனக்கே ஆச்சரியமாய் இருந்தது. அதுசமயம் நான் எவ்விதமான ஆத்திரமும், ஆவேசமும் கொள்ளவோ அன்றி எந்தவிதமான பரபரப்பும் துடிதுடிப்பும் கொள்ளவோ இல்லை. போலீஸ் பந்தோபஸ்துக்கு கொண்டு போகப்பட்டேன். மறுநாள் நான் ரயில்வே போலீஸ் சிறைக்குக் கொண்டு செல்லப்பட்டேன். அங்கு ஒரு முழு மாதத்தைக் கழிக்க வேண்டியிருந்தது. போலீஸ் அதிகாரிகளோடு பல நாட்கள் சம்பாசித்ததன் பயனாக என்னுடைய அரஸ்டுக்குக்

காரணமாய்க் கோரிக் கட்சியில் எனக்குள்ள தொடர்புப் பற்றியும், புரட்சி இயக்கச் சம்பந்தமான என்னுடைய செய்கைகளைப் பற்றியும், அவர்களுக்கும் சில தகவல்கள் கிடைத்திருக்க வேண்டுமென ஊகித்தேன். அதாவது லக்னோவில் விசாரணை நடந்து கொண்டிருந்த சமயம் நான் அங்கிருந்து வந்தேனென்றும், அவர்களுடைய விடுதலைக்காக ஒருவிதமான திட்டத்தைப் பற்றி நான் அவர்களோடு கலந்து ஆலோசித்தேனென்றும் அவர்கள் சம்மதம் பெற்ற பிறகு நாங்கள் சில வெடிகுண்டுகளைத் தயாரித்தோமென்றும், அவற்றைப் பரிசோதனை செய்து பார்ப்பதற்காக 1926-ம் ஆண்டு நடந்த தசராப் பண்டிகையின் போது பெருங்கூட்டத்திடையே ஒரு வெடிகுண்டு எங்களால் வீசியெறியப்பட்டது என்றும் அவர்கள் என்னிடம் கூறினார்கள். என்னுடைய சொந்த நன்மையை உத்தேசித்துப் புரட்சி இயக்கம் சம்பந்தமான நடவடிக்கைகளைப் பற்றிய சில உண்மைகளை நான் வெளியிடுவதாய் இருந்தால் என்னைக் கைதியாக வைத்திருப்பதில் இருந்து விடுதலை செய்யப்படுவதோடு கோர்ட்டில் அப்ரூவராக (கோர்ட்டு சாட்சியாகக்) கூட கொண்டு வந்து நிறுத்தாமல் எனக்கு வெகுமதி அளிக்கப் படுமென்றும் வெகுவினயமாக அவர்கள் என்னிடம் தெரிவித்தார்கள். நான் அவர்களுடைய ஆலோசனையைக் கேட்டுச் சிரித்தேன். அது முழுவதும் ஹம்பக். ஏனெனில், எங்களையொத்த மனோபாவம் உடையவர்கள் நிரபராதிகளான தங்களுடைய சொந்த ஜனங்களின் மீது வெடிகுண்டுகளை வீசமாட்டார்கள்.

சில நிபந்தனைகள்:

மனோகரமான ஒருநாள் காலையில் சி.அய்.டி. இலாகாவின் பிரதம சூப்பிரண்டெண்டான மிஸ்டர் நியூமேன் (Newman) என்னிடம் வந்தார். அவர் மிகுந்த அனுதாபத்தோடு நீண்ட நேரம் என்னோடு பேசிக் கொண்டிருந்தார். பின் முடிவாக, அவர்களால் கோரப்படுகிறபடி நான் எவ்விதமான அறிக்கையும் கொடுக்காவிட்டால், காக்கோரி வழக்கு சம்பந்தமாய், யுத்தம் தொடங்கச் சதியாலோசனை செய்ததாகவும், தசரா வெடிகுண்டு விபத்து சம்பந்தமாய்க் கொடிய கொலைகள் செய்ததாகவும், என்னை விசாரணைக்கு அனுப்புமாறு தாங்கள் நிர்ப்பந்திக்கப்படுவோ மென்று கூறினார். மேலும் அவர் என்னைக் குற்றவாளியாக்கவும் தண்டித்துத் தூக்குத்தண்டனை விதிக்கவும் போதுமான சாட்சியங்கள் இருப்பதாகவும் என்னிடம் கூறினார். நான் முற்றும் குற்றமற்ற நிரபராதி-யாயிருந்தேன். ஆயினும் அந்தக் காலத்தில் போலீசார் எதையும் இஷ்டப்பட்டால் இஷ்டப்படி முடித்து விடுவார்களென்று நம்பினேன். அன்றைய தினமே சில போலீஸ் உத்தியோகஸ்தர்கள் என்னிடம் வந்து ஒழுங்காக இரண்டு வேளைகளிலும் கடவுளைப் பிரார்த்தனை செய்யும்படி என்னைத் தூண்ட ஆரம்பித்தார்கள். நானோ அப்பொழுது ஒரு நாஸ்திகனாக இருந்தேன். சமாதானமும் சந்தோஷ மும் குடிகொண்டிருக்கும் பொழுது மாத்திரம்தான் நான் நாஸ்திகவாதியென்று தற்புகழ்ச்சியடைந்து கொள்கையில் விடாப்பிடியாக ஒட்டிக்கொண்டி ருப்பதா என்பதைக் குறித்து எனக்குள்ளாகவே ஒரு முடிவுக்கு வரவேண்டுமென்று விரும்பினேன். நீண்ட நெடும் ஆலோசனைக்குப் பின்னர் எனது மனோரதம் கடவுளை நம்பிப் பிரார்த்தனை

செய்யும்படி தூண்டக் கூடாதென்று முடிவு கட்டினேன். அம்முடிவின்படி நான் எவ்விதப் பிரார்த்தனையும் செய்யவில்லை. எனது உண்மையான சோதனைகள் அதுதான். நான் அதில் வெற்றி சூடினேன்.

துணிவு ஒரு விளையாட்டுப் பொருள் அல்ல

எந்தக் கணத்திலும் எந்தவித முகாந்தரத்தைக் கொண்டும் நான் என்னுடைய உயிரைக் காத்துக் கொள்ள இஷ்டப்படவில்லை இவ்விதமாக நான் பழுத்த நாஸ்திகனானதோடு, அதன்பின் அவ்விதமே வாழ்ந்தேன். கொடிய சோதனையின் முன் நிமிர்ந்து நிற்பது ஒரு விளையாட்டுக் காரியமல்ல. தெய்வ நம்பிக்கை, கஷ்ட நிஷ்டூரங்களைச் சாந்தப்படுத்து கிறது. அது அவைகளை இனிமையாக்கவுஞ் செய்யும். மனிதன் கடவுளிடத்தில் மிகுந்த ஆறுதலையும், தேறுதலையும் காணக்கூடும். சண்டமாருதங்களுக்கும் பிரசண்ட மாருதங்களுக்கும் இடையில் தன் காலிலேயே நிற்கத் துணிவது பிள்ளை விளையாட்டுப் போல் எளிய காரியமன்று. இத்தகைய சோதனைக் காலங்களில் அகங்காரம் - ஏதேனுமிருந்தால் புகைந்து போய்விடும். பொதுவாக மனிதன் தெய்வ நம்பிக்கையை மறுதலித்துப் பேசத் துணியமாட்டான். அவ்விதம் பேசத் துணி வானாயின், அவனிடம் கேவலம் அகங்காரத்தைத் தவிர, வேறு சில சக்திகளிருக்க வேண்டுமென்று நாம் தீர்மானிப்பதே முறை. எனது அப்போதுள்ள நிலைமையும் அதுவே. விசாரணையின் தீர்ப்பு எவ்வாறாகுமென்பதோ முன்னமேயே மிக நன்றாகத் தெரிந்த விஷயம். ஒரு வாரத்திற்குள் அறிவிக்கப் பட வேண்டியதாய் இருந்தது. ஒரு லட்சியத்திற்காக எனது வாழ்வைத் தியாகம் செய்யப் போகிறேன்

என்ற அபிப்பிராயம் நீங்கலாக எனக்கு ஆறுதலுக்கு வேறு ஏதாயினும் உண்டா? கடவுள் நம்பிக்கையுள்ள ஒரு ஹிந்து மறுபிறப்பில் ஓர் அரசனாகப் பிறக்கலாம் என்று பார்க்கலாம். ஒரு முஸ்லீமோ அன்றி ஒரு கிறிஸ்தவனோ தன்னுடைய கஷ்ட நஷ்டங் களுக்காகவும் தியாகத்திற்காகவும் சன்மானமாகச் சொர்க்கத்தில் போக போக்கியங்களை அனுபவிக் கலாமென்று கனவு காணலாம். ஆனால், நான் எதை எதிர்பார்ப்பது? என்னுடைய கழுத்தைச் சுற்றிக் கயிறு மாட்டப்பட்டு, காலடியிலுள்ள பலகை தட்டிவிடப்படும் நிமிஷமெதுவோ அதுவே எனது இறுதி நிமிஷம். அதுவே எனது வாழ்க்கையின் முடிவான நிமிஷம். இன்னும் விளக்கமாக வேதாந்த சாஸ்திரத்தின் சிறப்புச் சொற்களால் கூறினால், எனது 'ஆத்மா' எல்லாம் அக்கணமே முடிந்துவிடும். அதற்கப்பால் ஒன்றுமில்லை. இந்த நிகழ்ச்சியை நாஸ்திகக் கண்ணோடு பார்க்கும் தைரியம் எனக் கிருந்தால் "எத்தகைய மாபெரும் முடிவுமின்றி போராடிக் கொண்டிருந்த ஒரு சிறிய ஜீவிதம்" தான் எனது வாழ்க்கையின் சன்மானமென்பது விளங்கும், அவ்வளவுதான்.

சுதந்திர சகாப்தம் உதயம்!

சுயநல உணர்ச்சியின்றி, இந்த வாழ்விலோ இதற்கப்பாலோ சன்மானிக்கப்படுவேன் என்ற ஆசையின்றி, பூரணமான தன்னல மறுப்புடன், சுயேச்சேயடையும் பொருட்டு எனது வாழ்வை நான் தத்தஞ் செய்து விட்டேன். ஏனென்றால் எனக்கு இதைவிட வேறு மார்க்கமில்லை. இவ்வித மனோரதத்தோடு, ஆண் சிங்கங்களும், வீராங்கனை களும் வேறெதிலும் திவலைக்கூடக் கவலை செலுத்தாததால் மனித வர்க்கத்திற்குத் தொண்டு

புரிவதற்காக - கஷ்ட நிஷ்டூரத்திற்கும் கொடு மைக்கும் கொள்ளைக்கும் இரையாகி கண்ணீருங் கம்பலையுமாய்க் கதறும் ஏழை எளியவர்களின் விடுதலை போராட்டத்திற்காக எந்தக்காலத்தில் தங்களுடைய வாழ்க்கையை அர்ப்பணஞ் செய்து கொண்டு முன்னிலையில் வருகிறார்களோ, அந்தக் காலந்தான் சுதந்திர சகாப்தத்தின் உதயகாலமாகும். அவர்கள் உண்மை உணர்ச்சியும், ஊக்கமும், உத் வேகமும் கொண்டு கொடுமைப்படுத்துகின்ற வரோடும், கொள்ளையடிக்கின்றவர்களோடும், கொடுங்கோலரோடும் கடுமையாகப் போர் தொடுப்பது, தாங்கள் மன்னாதி மன்னர்களாகலா மென்பதற்காகவோ அன்றி இப்பிறப்பிலோ, இறந்தபின் 'சொர்க்கத்'திலோ போதிய சன்மானம் பெற்று, பூரிப்பும் இன்பமும் பொருந்தக் களிக்கலா மென்பதற்காகவோ அல்ல. மற்று மனித வர்க்கத் தின் கழுத்திலிருந்து அடிமை நுகத்தடியை இறக்கவும், சாந்தியையும் சுதந்திரத்தையும் ஸ்தாபிக்கவுமே அன்னார்கள் தங்களைப் பொறுத்தமட்டில் அபாயத்தை விளைவிக்கக் கூடியதும், உன்னத உணர்ச்சியுடன் ஊன்றி நோக்குங்கால், மகோன்னதமான ஒரு தனிச் செந்நெறியாய்த் திகழ்கின்றதுமான இப்பாதையின் வழிச் செல்கின்றார்கள். அத்தகையோரின் உணர்ந்த இலட்சியமும், தியாகமும் ஈன்றெடுத்த தற்பெருமை யைத் தவறாக 'அகங்காரம்' என்று திரித்துக் கூறலாமா? 'அகங்காரம்' என்கிற அக்கிரமமான வார்த்தையை அவர்கள் முன் நேரில் பிரயோகிக்க எவன்தான் துணிவு கொள்வான்? அவ்விதம் எவனேனும் கூறுவானாயின், ஒன்று அவன் முட்டாளாக இருக்க வேண்டும். இல்லையாயின் போக்கிரியாக இருக்க வேண்டும் என்றுதான்

சொல்வேன். அந்தத் தியாக சொரூபிகளான புருஷோத்தமர்களின் மனஆழம், உத்வேகம், எழுச்சி, 'உள்ளங் கவர்ந்தெழுந்து ஓங்கும்' உணர்ச்சிகள் ஆகியவற்றை உண்மையாக உணர்ந்து கொள்ள அவன் சக்தியற்றவனானதால், நாம் அவனை மன்னித்துவிடுவோம். அவனுடைய இருதயம் கேவலம் மாமிசப் பிண்டத்தைப் போல மரத்து உணர்ச்சியற்றுக் கிடக்கிறது. அவனுடைய கண்கள் பார்வைக் குறைவாயிருக்கின்றன. இன்னும் வேறுபல கேடுகளும் அவனுடைய இருதயத்தையும் கண்களையும் மறைத்துக் கொண்டே வந்திருக்கின்றன. தன்னம்பிக்கை (தற்காப்பு) என்பதே 'அகங்காரம்' என்றே எப்போதும் வியாக்கியானம் செய்யும் நிலைமை ஏற்பட்டு வந்திருக்கிறது. இது மிகவும் வருந்தத்தக்கது. ஆனால் வேறு வழியில்லை.

புரட்சிக்காரனின் இரு குணங்கள்

இன்று அனுஷ்டானத்திலிருக்கும் சம்பிரதாயத்தை நம்பிக்கையை - மதத்தை நீங்கள் விரோதித்துப் பாருங்கள். குற்றங் குறைகளற்றவரென்றும், பூரண மானவரென்றும் தீர்மானித்து, குணாகுணங்களைப் பரிசீலனை செய்வதற்கு அப்பாற்பட்டவரெனப் பொதுவாக நம்பப்படுகிற ஒரு வீரனையோ மகாத் மாவையோ தேவ தூதனையோ அவதார புருஷனையோ கூறிப்பாருங்கள். உங்களுடைய தர்க்க வன்மை, பொதுமக்கள் உங்களை வீண் கர்வம் பிடித்தவர்களென்று பழித்து இழித்துக் கூறும் படியான நிலைமைக்குக் கொண்டு வந்துவிடும். மனத்தால் எண்ணாது, மூளையால் யோசியாது, சலனமின்றித் தேங்கிநிற்பதன் பலனே இந்நிலைமை, ஆராய்ச்சித் திறனும் சுயேச்சையாக யோசிக்கும் மனப்பான்மையும் புரட்சிக்காரனின் இன்றியமையாத

மிகமிக அவசியமான இரு பெருங்குணங்கள்.

'மகாத்மாஜி ஒரு பெரியவர். ஆதலால் அவரைக் குறை கூறக்கூடாது; அவர் உயர்நிலை அடைந்து விட்டார் என்பதற்காக அவர் சொல்வதெல்லாம் அரசியல் துறையிலோ பொருளாதாரத் துறையிலோ அல்லது மதத்துறையிலோ அல்லது நீதி தர்மத் துறையிலோ - சரியானதேயாகும்: உனக்குச் சரி யென்று பட்டாலும் படாவிட்டாலும் 'ஆம்' அவர் கூறுவது உண்மைதான்' என்று சொல்லித் தீர வேண்டும் என்கிற இப்படிப்பட்ட மனப்பான்மை நம்மை முன்னேற்றப் பாதையில் ஒரு அடி கூட நடத்தாது. இது மிக மிகப் பிற்போக்கான எண்ணம்.

பழிகள் வரும்

நம்முடைய முன்னோர்கள் ஏதோ உயர்ந்த வஸ்துவான சர்வசக்தியுள்ள கடவுள் மீது நம்பிக்கை வைத்துக் கொண்டிருந்தார்களென்ற காரணத்திற்காக, யாரேனும் ஒருவன் அந்த நம்பிக்கையின் உண்மையை மறுக்கத் துணிந்தால், அல்லது அந்த சர்வ சக்தி பொருந்திய வஸ்துவை மறுப்பதற்குத் திட்டங் கொண்டால் அவன் மதத் துரோகியென்றும் விசு வாசபாதகனென்றும் பழித்துரைக்கப்படுகிறான். அவனுடைய வாதங்கள், எதிராவாதங்களால் அசைக்க முடியாதபடி ஆணித்தரமானவை களாயிருந்தால் அவனுடைய உணர்ச்சி பயங்கரமான கஷ்ட நிஷ்டூரங்களாலும் சர்வ சக்தியுள்ள கடவுளின் கோபாக்கினியாலும் சிதறடிக்கப்படாத வன்மை யுடையதாயிருந்தால், அவனை அகங்காரம் பிடித்த வனென்றும், அவனுடைய உணர்ச்சியை தற் பெருமை கொண்டதென்றும் எள்ளி இழித்துத் தூற்றுகிறார்கள். பின்னர் ஏன் இவ்வாஸ்திக சிகா

மணிகள் - இந்த வீண்வாதத்தில் காலங்கடத்த வேண்டும்? சகல விஷயங்களையும் பூராச் சங்கதி களையும் பூரணமாகத் தர்க்கித்துவிட ஏன் முயற்சி செய்யவேண்டும்? முதன்முதலாக இப்பொழுதுதான் பொதுமக்களுக்கு இத்தகைய கேள்விகள் தோன்ற ஆரம்பித்திருக்கின்றன. முதன் முதலாக இப்பொழுது தான் பொதுமக்களால் இது காரியானுஷ்டானத்திலும் கையாளப்படுகிறது. எனவே இவ்விஷயத்தை விரிவாக ஆராய்ச்சி செய்ய நேரிட்டிருக்கிறது.

முதல் கேள்வியைப் பொறுத்தவரையில் என்னை நாஸ்திகனாகும்படி தூண்டியது எனது அகங்காரமல்ல வென்பதைத் தெளிவுபடுத்தி விட்டேனென்றே கருதுகிறேன். என்னுடைய விவாதத்தின் போக்கைப் பரிசீலனை செய்து பொருத்தமுடையதா அல்லவா என்று தீர்மானிக்க வேண்டிய பொறுப்பு வாசகர் களைச் சேர்ந்ததேயன்றி என் பொறுப்பன்று. அப்பொழுதுள்ள நிலைமையில் கடவுள் நம்பிக்கையானது எனது வாழ்வில் ஆறுதலளித்துப் பாரத்தையும் குறைக்கும். கடவுள் நம்பிக்கையற்ற தன்மையோ, சந்தர்ப்பங்களையெல்லாம் சங்கடத்திற் குள்ளாக்குவதோடு நிலைமையை மோசமாக்கிக் கடுமையும் கொடுமையும் நிறைந்ததாகச் செய்து விடும். மதோன்மத்தர் போதம் துளியளவு இருப்பினும் வாழ்க்கை காவிய வர்ணனையைக் காண்பதுபோல் நயமுள்ளதாகத் திகழும். ஆனால், எனது முடிவுக்குத் துணைபுரிய எந்தவிதமான போதையையும், மயக்க வெறியையும் நான் விரும்பவில்லை. நான் ஒரு யதார்த்தவாதி. என்னுள் எழும் உணர்ச்சியைப் பகுத்தறிவின் துணையால் அடக்கியாள முயற்சித்துக் கொண்டு வருகிறேன். இந்த முடிவை அடைவதில் நான் எப்பொழுதுமே

வெற்றிபெற்று வரவில்லை. ஆனால், மனிதனுடைய கடமை இடையறாது முயற்சிப்பதே, ஜெயாபஜெயம் சந்தர்ப்பத்தையும் சுற்றுச்சார்புகளையும் பொறுத்தது.

தத்துவ சாத்திரம் - மனித வர்க்கத்தின் பலகீனமே

இரண்டாவது கேள்வியைப் பொறுத்தவரையில் அன்றும் இன்றும் நடைமுறையில் இருந்துவரும் கடவுள் நம்பிக்கையை நிராகரிப்பதற்குக் காரணம் அகங்காரமல்ல வென்றால், வேறு போதுமான தக்க காரணங்கள் இருக்கவேண்டும். ஆம், இவ் விஷயத்தைப் பற்றி இங்கு பிரஸ்தாபிக்கிறேன். இவ்வளவு நம்பிக்கைக்குக் காரணமுண்டு. யோசனா சக்தி படைத்த ஒவ்வொரு மனிதனும் தன்னைச் சுற்றி நிகழும் ஒவ்வொரு காரியத்திற்கும் காரணம் கண்டுபிடிக்க முயல்கிறான் என்பது எனது அபிப்பிராயம். நேரடியான தெளிவுகள் (Proofs) கிட்டாதவிடத்தில் வேதாந்த தத்துவம் முக்கியமான இடம்பெறுகிறது. நான் முன்னர்க் குறிப்பிட்டுள்ளபடி, தத்துவ சாத்திரமென்பது மனித வர்க்கத்தின் பலவீனத்தால் தோன்றியதென்று, எனது புரட்சிகரக் கூட்டங்களில் ஒருவர் அடிக்கடி கூறுவார். உலகத்தின் முற்கால, தற்கால, பிற்கால நிகழ்ச்சிகள்; உலகம், ஏன், எங்கிருந்து உற்பத்தியாயிற்று? முதலிய இரகசியங்களைப் பரிசீலனை செய்யப் போதுமான சாவகாசம் நமது முன்னோர்களுக்கு ஏற்பட்டபொழுது, அவர்கள் ஒவ்வொருவரும், தங்களுக்கு நேரடியான தெளிவுகள் கிஞ்சிற்றும் கிடையாத காரணத்தால் தங்கள் தங்கள் மனம்போன போக்கில் முடிவு கட்டப் பிரயத்தனப் பட்டார்கள். இதே காரணத்தால்தான், பல்வேறுபட்ட மதங்களின் ஆதாரமான அடிப்படையான கொள்கைகளில் பெருத்த

வித்தியாசமிருக்கக் காண்கிறோம். இன்னும் சில சமயங்களின் மூலாதாரத் தத்துவங்கள் ஒன்றுக்கொன்று நேர் முரண்பட்டு முட்டிக் கொள்ளும் தன்மையி லிருப்பதையும் பார்க்கின்றோம். கீழ்நாட்டுத் தத்துவ சாஸ்திரமும், மேல்நாட்டுத் தத்துவ சாஸ்திரமும் மாத்திரந்தான் வித்தியாசப்பட்டுக் காணப்படுவதாகக் கருதவேண்டாம்.

மத மோதல்கள்

ஒவ்வொரு நாட்டுத் தத்துவ சாஸ்திரங்களிலும் பலதிறப்பட்ட அபிப்பிராய பேதங்கள் காணக் கிடக்கின்றன. கீழ்நாட்டு மதங்களை எடுத்துக் கொண்டால், மகம்மதிய மதம் ஒருக்காலும் இந்து மதத்தோடு இணைந்து நிற்பதில்லை. இந்தியாவை மட்டும் நோக்கினால், ஜைன மதமும், பவுத்த மதமும், பிராமண மதமாகிய இந்து மதத்திலிருந்து முற்றும் வேறாகக் காணப்படுகின்றன. இந்து மதத்திலேயே ஒன்றுக்கொன்று முரண்பாடான ஆரிய சமாஜமும், சனாதன தர்மமும் அடங்கி இருப்பதைப் பார்க்கலாம். மற்றும், சாருவாகருடைய (Charwak) கொள்கையோ, பண்டைப் பழங்காலத்திலிருந்தே தனிப்பட்ட சுயேச்சையுடையதாக விளங்குகிறது. அவர் அந்த மிகத் தொன்மையான காலத்திலேயே 'கடவுள் ஒருவர் உண்டா?" என்று (ஆஸ்திகர்களை) அறைகூவி அழைத்திருக்கிறார். மதங்கள், அவை களின் கொள்கைகள், யாவும் அடிப்படையிலேயே ஒன்றுக்கொன்று மாறுபட்டும் வேறுபட்டும் காணப்படுகின்றன. ஒவ்வொருவரும் தங்கள் தங்கள் கொள்கையே சரியானதென்று கருதுகிறார்கள் - அந்த வேற்றுமைதான் நமது துர்பாக்கிய நிலைமையின் வித்து. அஞ்ஞானத்தை எதிர்த்துப் போராட வேண்டிய நமது வருங்காலப் போராட்டத்தின்

அஸ்திவாரமாக, முற்கால விஞ்ஞானிகளும் ஆராய்ச்சி மிகுந்த அறிஞர்களும் கைக்கொண்ட பரிசோதனை முறைகள், மொழிப்பிரயோகப் போக்குகள் ஆகியவற்றை உபயோகித்து, இந்த மாயா ரகசியப் பிரச்சினையைத் தீர்க்க வழிகோல வேண்டும். நாமோ அவ்விதம் இன்றி, பழைய பெத்தான் பெத்தான் என்ற கதை போல், சுத்த சோம்பேறிகளாய் மதம் மதமென்று உரத்த கூச்சலிட்டு, மனித நாகரிக முற்போக்கில் செல்லாத பெருத்த குற்றத்திற்கு ஆளாகியிருக்கிறோம்.

பழைய நம்பிக்கையைப் போட்டிக்கழைக்க

முன்னேற்றத்தை நாடும் எந்த மனிதனும், பழைய மதத்தின் ஒவ்வொரு பாகத்தையும் அலசி ஆராய்ச்சி செய்து தீரவேண்டும். பழைய கொள்கை களையும் கோட்பாடுகளையும் போட்டிக்கழைத்துத் தீரவேண்டும். பிரஸ்தாபத்திலிருக்கும் மத சம்பிரதாயங்கள் ஒவ்வொன்றுக்கும் - எவ்வளவு அற்ப சொற்பமானதாயிருந்தாலும் - காரண காரியங் கள் கண்டுபிடித்துத் தீரவேண்டும். இவ்விதமாக ஆழமாய் ஆராய்ச்சி செய்தபின், ஒருவன் ஏதேனு மொரு கொள்கையை அன்றி, கோட்பாட்டை நம்பும்படி நேர்ந்தால் அவனுடைய நம்பிக்கைத் தப்பும் தவறுமுடையதாக தவறான வழியில் செலுத்தப்பட்டதாக, மயக்கம் நிறைந்ததாக இருக்கலாம். இருந்தபோதிலும், அவன் சீர்திருத்த மடைவதற்கு இடமுண்டு. ஏனென்றால், பகுத்தறிவே அவனுக்கு வழிகாட்டும் நட்சத்திரமாக ஒளிர்கின்றது. ஆனால், வீண் நம்பிக்கையும் குருட்டு நம்பிக்கையும் ஆபத்தை விளைவிக்கும். அது மூளையை மந்தப் படுத்தி, மனிதனைப் பிற்போக்காளனாக மாற்றி விடுகிறது. தான் உண்மை நாடுவோன் என்று

உரிமை பாராட்டிக் கொள்ளும் போட்டிக்கழைத்தாக வேண்டும். பழைய நம்பிக்கையால் ஆராய்ச்சிக்கு ஈடுசெய்ய முடியாவிட்டால், அது நொறுங்கித் தவிடு பொடியாகிவிடும். எனவே, அவனுடைய முதற் கடமை, அதனைச் சின்னாபின்னமாகச் சிதறியடிப் பதன் மூலம், புதிய தத்துவத்தை நிலைநிறுத்துவ தற்கான நிலத்தைச் செப்பனிடுவதாகும். இது அழித்தல் வேலை. இதன் பிறகுதான் ஆக்கல் வேலையின் ஆரம்பம். இந்தப் புனருத்தாரணத்திற்குப் பழையவற்றில் சிலவற்றைச் சாதகமாக உபயோகப் படுத்திக் கொள்ளவும் செய்யலாம்.

தத்துவ சாத்திரத்தின் சாரம்

என்னைப் பொறுத்தவரையில் இந்த விஷயத்தைப் பற்றி பழமையிலிருந்து அதிகமாகக் கற்றுக் கொள்ள முடியவில்லை என்பதை ஆரம்பத்திலேயே ஒப்புக்கொள்ள வேண்டியவனாயிருக்கிறேன். கீழ்நாட்டுத் தத்துவங்களைக் கற்றுக்கொள்ள வேண்டுமென அளவு கடந்த ஆர்வம் எனக்கிருந்தது. ஆனால் அதற்கான சமயமோ சந்தர்ப்பமோ என்னால் பெறமுடியவில்லை. ஆயினும், அழித்தல் வேலையை கடவுள் இல்லையென்னும் நாஸ்திகக் கொள்கையை விவாதிக்கப் போதிய அளவு பழைய கொள்கையான மதத்தின் பூரணத்துவத்தைப் பற்றிய சந்தேகாஸ்பதமான கேள்விகளைக் கேட்கத் தக்க வாறு என் மனம் மாற்றமடைந்து இருக்கிறது. பிரபஞ்சத்தை இயக்கி, தனது ஆக்ஞா சக்கரத்தைச் செலுத்திக் கொண்டு இருக்கும் தன்னறிவோடு கூடிய முழு முதற்பொருள் (கடவுள்) ஒன்று இல்லை என்று நான் உணர்ந்து கொண்டு வந்திருக்கிறேன். நாம் இயற்கையில் நம்பிக்கை வைக்கிறோம். முன்னேற்ற இயக்கம் முழுவதும், மனிதன் தனக்கு ஊழியஞ்

செய்வதற்காக இயற்கையை அடக்கி ஆதிக்கம் செலுத்துவதில் குறிக்கொண்டிருக்கிறது. ஆனால், ஒரு 'சின்மய' சக்தி பின்னாலிருந்து இயற்கையை நடத்திக் கொண்டிருக்கிறதென்பதுதான் நமது தத்துவ சாஸ்திரத்தின் சாரம்.

கேள்விகள் எழுப்புகிறேன்

நாஸ்திகவாதத்தின் சார்பாக நான் சில வேள்விகளை ஆஸ்திகர்களிடம் கேட்கிறேன். (1) நீங்கள் நம்புவது போல் சர்வ வியாபியும், சர்வக்ஞனும், சர்வசக்தனுமாகிய ஒரு கடவுள் இந்த உலகத்தைப் படைத்திருந்தால், அவன் ஏன் இதைப் படைத்தானென்று தயவு செய்து கூறுங்கள். அந்தோ துன்பமும், துயரமும், கஷ்ட நிஷ்டூரங்களும் நிறைந்த உலகம் பலதிறப்பட்ட சதா இருந்து கொண்டிருக்கிற கணக்கு வழக்கற்ற முடிவுகள் பூரணமாகத் திருப்தியடைந்த ஜீவன் ஒன்றுகூட இல்லை.

தயவு செய்து அது தெய்வ சங்கற்பம் - கடவுள் சித்தம், ஈசன் இட்ட சட்டம் என்று கூறிவிடாதீர்கள். அவன் எந்தச் சட்டத்திலாவது கட்டுப்படுத்தப்பட்டு விட்டால், அவர் சர்வ சக்தியுடையவனல்ல. அவனும் நம்மைப் போன்ற மற்றொரு அடிமையாகத் தானிருக்கமுடியும். அது அவனுடைய பொழுது போக்கு - தமாஷ் (Enjoyment), லீலா வினோதம் என்பீர்களோ? தயவுகூர்ந்து அவ்வாறு சொல்லாதீர்கள். நீரோ என்பவன் ரோமாபுரியை எரித்தான். அதனால் ஒரு குறிப்பிட்ட எண்ணிக்கையுள்ள ஜனங்களையே அவன் கொன்றான். அவன் சில பயங்கரமான - துக்கம் நிறைந்த சம்பவங்களைத்தான் உண்டு பண்ணினான். தான் பூரண மகிழ்ச்சியடைவதற்

காகவே, இவற்றையெல்லாம் அவன் செய்தான். இதன் பயனாகச் சரித்திரத்தில் அவன் பெற்ற இடம் என்ன? சரித்திரக்காரர்கள் அவனை எப்பெயரிட்டு அழைக்கின்றனர் தெரியுமா? கொடிய அடை மொழிகள் யாவும் அவன் மீது சரமாரியாகப் பொழியப்பட்டிருக்கின்றன. "நீரோ, கொடுங் கோலன். ஈரமற்ற நெஞ்சினன். கேடு கெட்டவன்" என்று பலமாகக் கண்டித்து, கர்ண கடூரமான தூஷணைச் சொற்களால் வசைமாரி பொழிந் திருப்பதால் சரித்திரத்தின் பக்கங்கள் கறை பட்டுப் போயின. செங்கிஷ்கான் என்பவன் தனது சந்தோஷத் தையும் இன்பத்தையும் நாடி சில ஆயிரம் பேர்களை பலியிட்டான். நாம் அவனை மிகக் கடுமையாக வெறுக்கிறோம். அவனுடைய பெயரைக் கூட வெகுவாக நிந்திக்கிறோம்.

என்ன தீர்ப்புச் சொல்வீர்கள்?

அப்படியானால் கணக்கு வழக்கற்ற கொலைகளை, துக்கமும், துயரமும் நிறைந்த சம்பவங்களை - ஒவ்வொரு நாளிலும், ஒவ்வொரு நாழிகையிலும், ஒவ்வொரு நிமிஷத்திலும் செய்து கொண்டிருக்கிற "என்றுமுள" நீரோவாகிய முழு முதற்கடவுளுக்கு - நீங்கள் என்ன தீர்ப்புக் கூறப் போகிறீர்கள்? செங்கிஷ்கான் தோற்றோடும் படியாக ஒவ்வொரு கணத்திலும் நடைபெறும் அவனுடைய (கடவுள்) தீய காரியங்களை நீங்கள் எவ்வாறு ஆதரிக்க நினைக்கிறீர்கள்? அவன் இந்த உலகத்தை - மெய்யான (கண்கண்ட) நரகத்தை - சதா கவலையும், குழப்பமும், சஞ்சலமும் நிறைந்த கசப்புக்குரிய அமைதியற்ற ஸ்தலத்தை எதற்காகப் படைத்தான்? படைக்காதிருக்கக்கூடிய சக்தியும் தன்னிடமிருக்கும் பொழுது சர்வ சக்தனாகிய அக்கடவுள் மனிதனை,

ஏன் இத்தகைய உலகில் சிருஷ்டித்தான் இவற்றிற் கெல்லாம் என்ன நியாயம் சொல்லப் போகிறீர்கள்? உத்தமர்களான - நிரபராதிகளான தியாக மூர்த்திகளை, உண்மையின் பொருட்டுக் கஷ்ட நிஷ்டூரங்களுக்கு இரையாகின்றவர்களை மறுமையில் சன்மானிப்பதற் காகவும், துஷ்டர்களை, கொடியவர்களை, மோச நாசக்காரர்களை மறுமையில் தண்டிப்பதற்காகவுமே கடவுள் சிருஷ்டித்தார் என்று கூறுகிறீர்களா? நன்று, நன்று உங்களிடம் ஒன்று கேட்கிறேன். பின்னால் மிக மிருதுவான பஞ்சால் ஒத்தடம் கொடுத்து, அரிய இனிய சிகிச்சையால் நோயைக் குறைத்து நோயை சுகப்படுத்துவதற்காக தற்பொழுது உடம்பில் படுகாயம் பண்ணுகிறேன் என்று கூறும் ஒரு மனிதனுடைய வாதத்தை நீங்கள் 'ஒத்துக் கொள்வீர்களா? கிளாடியேட்டர் (Cladiator) ஸ்தாபனத்தை ஆதரிக்கிறவர்களும் நிர்வகிக் கிறவர்களும், அகோரப் பசியால் பயங்கரமான கோபாவேசத்துடன் கர்ஜிக்கும் சிங்கங்களின் முன்னால் மனிதர்களைத் தூக்கியெறிகிறார்கள். அவ்வாறு தூக்கியெறிவது, தூக்கியெறிகிறவர்கள் சிங்கங்களோடு போராடி, அந்தக் கொடிய மிருகங்களால் ஏற்படும் மரணத்திலிருந்து தப்பித்துக் கொண்டாரானால், அவர்களைப் பின்னால் பாதுகாத்து நல்ல மாதிரியிற் பராமரிப்பதற் காகவேயென்று காரணம் கூறுகிறார்கள். இந்த நியாயம் பொருத்தமாயிருக்க முடியுமா? முடியாது. இதனாலேதான் அந்த முழுமுதற் கடவுள் எதற்காக உலகத்தைப் படைத்து, அதில் மனிதனை சிருஷ்டித்தான் என்றும், தமாஷ் பண்ணப் பொழுது போக்கவென்றால் அவனுக்கும் நீரோவுக்கும் என்ன வித்தியாசமென்றும் நான் கேட்கிறேன்.

மகம்மதியர்களே! கிருஸ்தவர்களே! உங்களையும் கேட்கிறேன்

ஏ மகம்மதியர்களே! கிருஸ்தவர்களே! இந்துக்களின் தத்துவ சாஸ்திரமோ இன்னுமொரு காரணத்தைப் பிடித்துத் தொங்கிக்கொண்டு ஊசலாடுகிறது. ஆகவே முதலில் உங்களைக் கேட்கிறேன். மேலே குறித்த கேள்விக்கு விடை என்ன? முற்பிறப்பில் - பூர்வஜென்மத்தில் - உங்களுக்கு நம்பிக்கை இல்லை. போன ஜென்மத்தில் குற்றமற்ற நல்லோர்கள் கஷ்ட நிஷ்டூரங்களுக்கு ஆளாகிறார்களென்று இந்துக்கள் சொல்வதுபோல் நீங்களும் தர்க்கம் செய்ய முடியாது. நான் உங்களை ஒன்று கேட்கிறேன். சர்வ சக்தனாகிய கடவுள் ஏன் இந்த உலகத்தைப் படைக்க வார்த்தைகளின் மூலமாக ஆறு நாள்கள் உழைத்தான்? எல்லாம் நன்றாயிருந்ததென்று ஏன் ஒவ்வொரு நாளும் கூறினான்? இன்று அவனைக் கூப்பிடுங்கள். சென்ற காலச் சரித்திரத்தைக் காட்டுங்கள். தற்கால நிலைமையை அவன் படிக்கும்படி செய்யுங்கள். இன்று அவனுக்கு அதற்கு யோக்யதை இருக்கிறதா என்று பார்ப்போம்.

ஏனிந்த மவுனம்?

காரிருள் செறிந்த காற்றோட்டமற்ற வெஞ்சிறைக் கூண்டுகளிலும் குச்சுக்களிலும் குந்திக் குடியிருக்கும் கோடிக்கணக்கான மனிதப் பிராணிகளைச் சித்திர வதை செய்து, உண்டு உறிஞ்சு விழுங்கி ஏப்பமிடும் அகோரப் பசிக்களஞ்சியங்களிலிருந்து - கொடிய முதலாளிப் பூதங்கள், தங்களுடைய ரத்தத்தை இடையறாது உறிஞ்சிக் கொண்டிருப்பதையும், சாதாரண மனிதனும் நினைத்தால் நெஞ்சம் திடுக்கிடும் மாதிரி மனித சக்தி மிதமிஞ்சி

துர்விநியோகஞ் செய்யப்படுவதை சகிப்புத் தன்மையோடு அல்ல - உணர்ச்சி மழுங்கிய தன்மையோடு பார்த்துக் கொண்டிருந்து கொள்கைக் கிரையாகும் தொழிலாளிகளிலிருந்து - அபரிமிதமாக உற்பத்தி செய்த பண்டங்களை உற்பத்தி செய்த மக்களின் அவசியத்தைத் தவிர்ப்பதற்குப் பங்கிட்டுக் கொடுப்பதைவிட கடலில் கொட்டி அழித்து விடுவதைத் தேர்ந்தெடுக்கும் மனப்பான்மையிலிருந்து - மனிதர்களின் எலும்புகளையே அஸ்திவாரமாக் கொண்டு எழுதப்பட்டிருக்கும் ராஜாதி ராஜாக்களின் வானமளாவிய அரண்மனைகள் வரையில் இவைகள் எல்லாவற்றையும், அவன் (கடவுள்) நன்றாக கண்ணைத் திறந்து பார்வையிட்டு விட்டு, "எல்லாம் நன்றாயிருக்கிறது" என்று சொல்லட்டும். "ஏன்? எதற்காக?" என்பதுதான் எனது கேள்வி, நீங்களோ மவுனம் சாதிக்கிறீர்கள் அல்லவா? அப்படியானால் சரி; நான் மேலே சொல்கிறேன்.

நல்லது! இந்துக்களே! நீங்களே இன்று கஷ்டப் படுகிறவர்கள் எல்லோரும் பூர்வ ஜென்மத்தில் பாவஞ் செய்த கோஷ்டியைச் சேர்ந்தவர்கள் என்று சொல்கிறீர்கள். இன்று மக்களை அடக்கி ஒடுக்கி நசுக்கித் துவைக்கும் ஆதிக்க வர்க்கத்தினர் எல்லோரும் அவர்களுடைய பூர்வஜென்மத்தில் புண்ணிய மூர்த்திகளாக, மகானுபாவர்களாக இருந்தமையால், இப்பிறப்பில் ஆட்சியையும் அதிகார ஆதிக்கத்தையும் அனுபவிக்கிறார்கள் என்று நீங்கள் கூறுகிறீர்கள். உங்களுடைய முன்னோர்கள் அபார யுக்தி நுட்பமுடையவர்களென்பதையும், அறிவியல் வாதமும், அவநம்பிக்கையும், செய்யும் முயற்சிகளையெல்லாம் உடைத்து நொறுக்கத் தகுந்த வன்மை கொண்ட, கொள்கைகளையும், கோட்பாடு

களையும் கண்டுபிடிக்கப் பகீரதப் பிரயத்தனஞ் செய்தார்களென்பதையும் நான் ஒப்புக் கொள்கிறேன். ஆனால் இந்த வாதம் உண்மையாகவே ஊற்றுக்கு நிற்குமா என்பதை அலசி ஆராய்வோம்.

சித்திரவதைதான் கடவுள் பரிசா?

குற்றவாளிகள் மீது சுமத்தப்படும் தண்டனையை பிரசித்தி பெற்ற ஜூரிகள் அபிப்பிராயப்படி மூன்று வகையாகப் பிரிக்கலாம். அவைகளாவன: பழிக்குப் பழி வாங்கல், பதிலுக்குப் பதில் கொடுத்தல், சீர்திருத்தல், பயங்காட்டித் தடுத்தல், பழிக்குப் பழி வாங்கும் கொள்கையானது இந்நாளில் முற்போக்குடைய மதியூகிகள் எல்லோராலும் பலமாகக் கண்டிக்கப்படுகிறது. பயங்காட்டித் தடுக்கும் முறையும் அம்மாதிரியே கண்டிக்கப்படுகிறது. சீர்திருத்தும்வழி ஒன்றுதான், மனித முற்போக்குக்கு முக்கியமானதாயும், இன்றியமையாததாயுமிருக்கிறது. இது குற்றஞ் செய்தவனைக் கடுமையாகத் தண்டிப்பதற்குப் பதிலாக, அவனை யோக்கியப் பொறுப்புடைய, சமாதானத்தை நேசிக்கின்ற பிரஜையாக, சமுதாயத்திற்குத் திருப்பிக் கொடுக்கும் லட்சியத்தை தன்னகத்தடக்கிக் கொண்டிருக்கிறது. ஆனால் கடவுள், தான் குற்றவாளிகள் என்று கருதுகிற மக்களுக்கு (நாமும் அம்மனிதர்களைக் குற்றவாளிகளென்றே வைத்துக் கொள்வோம்) விதிக்கும் தண்டனையின் தன்மை என்ன? நீங்கள் கடவுள் அவர்களை மாடாகவும், பூனையாகவும், மரமாகவும், கொடியாகவும் இன்னும் பலவகைப் பிராணிகளாகவும் அனுப்புகிறான் என்று சொல்கிறீர்கள். இத்தண்டனைகளை நீங்கள் 84 லட்சமென்று கணக்கெடுத்தும் வைத்திருக்கிறீர்கள். இதனால் மனிதன் அடையும் சீர்திருத்தமென்ன? பூர்வத்தில்

பாவஞ் செய்ததன் பயனாக, போன ஜென்மத்தில் கழுதையாகப் பிறந்தோமென்று உங்களைச் சந்தித்த மனிதர்கள் எவரேனும் கூறியதுண்டா? ஒருவரும் இல்லை. உங்களுடைய புராணங்களைப் புரட்டி உதாரணங் காட்டப் புறப்பட்டுவிடாதீர்கள். ஏனெனில், உங்கள் புராணங்கள் சந்தியிழுக்க நான் விரும்பவில்லை. இதுவுமன்றி, தரித்திரனாய் இருப்பதுதான் உலகத்திலேயே பெரும் பாவமென்பது உங்களுக்குத் தெரியுமா? தரித்திரம் ஒரு பாவம். அது ஒரு தண்டனை, குற்றவாளியைக் குற்றஞ் செய்வதிலிருந்து தடுக்கமுடியாது. அதிகப் படியாக குற்றம் செய்வதற்குத் தூண்டும் தன்மை பொருந்திய (Criminologist) ஜூரியையோ அல்லது சட்ட கர்த்தாவையோ நீங்கள் எவ்வாறு புகழ்வீர் களென்றுதான் கேட்கிறேன். இதைப்பற்றி உங்கள் கடவுள் யோசித்ததில்லையா? அல்லது மனித வர்க்கத்தைச் சகிக்க முடியாத சித்திரவதைக் குள்ளாக்கி, அதன் பயனாகப் பெற்ற அனுபவத் தாலேதான் அவன் இவ்விஷயங்களைக் கற்றுக் கொள்ள வேண்டுமா?

சிறைச்சாலை - தூக்குமேடை எப்படி வந்தது?

தரித்திரமும், மூடத்தனமும் தலைவிரித்தாடும் ஒரு தோட்டியின் குடும்பத்திலோ அன்றி, ஒரு சாமர் சாதிக்காரன் (தீண்டத்தகாதவன்) குடும்பத்திலோ ஒரு மனிதன் பிறந்தால் அவன் கதி என்னவாகும்? அவன் பரம ஏழை. ஆகையால் படிப்பது அசாத்தியம். சாதித் திமிர்கொண்ட மேல் ஜாதிக்காரர்களால் அவன் வெறுத்து ஒதுக்கப்படுகிறான். அவனுடைய மூடத்தனம், அவனுடைய தரித்திரம். அவன் நடத்தப்படுகின்ற தன்மை இவைகளெல்லாம் ஒன்றாகிச் சமுதாயத்தை வெறுக்கும்படியான

நிலைமைக்குக் கொண்டு வந்துவிடுகிறது. அதன் காரணமாக அவன் குற்றஞ் செய்கிறானென்று வைத்துக் கொள்வோம். அதற்கு ஜவாப்தாரி யார்? கடவுளா? அவனா? அல்லது சமுதாயத்தின் படித்த கூட்டத்தாரா? மமதையும், பேராசையும் உச்சிமுதல் உள்ளங்கால் வரையில் கொண்ட, குதிக்கும் 'பிராமணர்களால்' வேண்டுமென்றே நிர்மூடத் தனத்தில் ஆழ்த்தி அமுக்கப்பட்டிருக்கும் தாழ்த்தப் பட்ட மக்களின் தண்டனைக்குப் பொறுப்பாளி யார்? உங்களுடைய 'பரிசுத்த ஞான நூற்க'ளாகிய வேதங்களிலிருந்து சில வாக்கியங்களை அவர்கள் கேட்டாலும், அவர்களுடைய காதில் ஈயத்தை காய்ச்சி ஊற்ற வேண்டுமென்று தண்டனை விதித்ததற்கு அபராதம் செலுத்த வேண்டியவர்கள் யார்? அவர்கள் ஏதாவது குற்றஞ் செய்தால் அவர்களுக்காக யார் பொறுப்பேற்றுத் தண்டனைக்குத் தலை கொடுப்பார்? என்று அன்புக்குரிய நண்பர் களே! மேற்கூறிய கோட்பாடுகளெல்லாம் விசேஷ சலுகையுடையோரின் கற்பனைகள். இக்கோட்பாடு களின் உதவியால் அவர்கள் தாங்கள் பிறரிடமிருந்து பறித்துக் கொண்ட அதிகாரம், அய்ஸ்வர்யம், அந்தஸ்து முதலானவை யென்று தீர்மானிக்கிறார்கள். ஆம்! உப்தன் சிங்கிளார் (Upton Sinclair) ஓரிடத்தில் எழுதுகிறார்: ஒருவன் 'நித்தியத்துவத்தில் (Immortality) நம்பிக்கை கொள்ளச் செய்து, அவனுடைய அய்ஸ்வர்யங்களையும், உடைமைகளையும் திருடிக் கொள்ளுங்கள். அவன் கொஞ்சமேனும் குரோத புத்தியின்றி, இவ்விஷயத்தில் உங்களுக்கு ஒத்தாசை புரிவான். மதாச்சாரிகளுக்கும், அதிகார வர்க்கத் தாருக்கும் ஏற்பட்ட கூட்டுறவே, சிறைச்சாலை களையும், தூக்கு மேடைகளையும், கசையடிகளையும் பிறப்பித்தது" என்று.

கடவுள் ஒரு செங்கிஷ்கான் - வீழ்த்துங்கள் அவனை

சர்வ சக்தனாகிய உங்கள் கடவுள் ஒரு மனிதன் பாவமோ, குற்றமோ செய்கிற பொழுதே ஏன் தடுத்து விடக்கூடாது என்றுதான் கேட்கிறேன். அவ்வாறு செய்வது அவனுக்கு எளிதான காரியந் தானே! யுத்தத் தலைவர்களான பிரபுக்களைக் கொன்றாவது அல்லது அவர்களுடைய உள்ளத்தில் கொழுந்து விட்டெரிந்த கலக நெருப்பை அவித்தாவது, அவன் ஏன் கழிந்த மகாயுத்தத்தால் உலகமக்களின் தலையில் விடிந்த ஆறாப் பெருந்துயரை - துரதிருஷ்ய முடிவைத் தடுத்திருக்கக் கூடாது? இந்தியாவுக்குச் சுதந்திரம் அளிக்குமாறு ஒரு வகையான நல்லுணர்ச்சியைப் பிரிட்டிஷ் மக்களின் மனத்தில் ஏன் அவன் புகுத்தவில்லை? அவன் ஏன் சகல முதலாளிகளின் ஹிருதயங்களிலும் பரோபகார உணர்ச்சியைக் கொளுத்தி தனி உடைமைகளெல்லாம் அவர்களாலேயே பொது வுடைமையாகும்படி செய்து, தொழிலாளர் சமூகத்தை அல்லது மனித வர்க்கம் பூராவையுமே அடிமைக்கட்டிலிருந்து விடுதலை செய்து காப்பாற்றாதிருக்கிறான்? சமதர்மிகள் கூறும் திட்டம் அனுபவ சாத்தியமாவென அறிய நீங்கள் விரும்ப லாம். வேண்டுமானால் அதை அனுபவ சாத்தியமாக்க வேண்டிய பொறுப்பை சர்வ சக்தி வாய்ந்த உங்கள் கடவுளிடமே விட்டுவிடத் தயார். ஜனங்கள் பொது வாக சமதர்மத்தின் யோக்கியதையையும், அதனால் ஏற்படும் நன்மையையும் அங்கீகரிக்கிறார்கள். ஆனால், அவர்கள் ‘அது அசாத்தியமானது’ நடக்கக் கூடியதல்ல என்று கூறிக் கொண்டு எதிர்க்கிறார்கள். எனவே எல்லாம் வல்ல இறைவன் இவ்விஷயத்தில்

தலையிட்டு யாவற்றையும் முறைப்படுத்தி ஒழுங்கு செய்யக் கூடாதா? இப்பொழுது நீங்கள் தலையைச் சுற்றி மூக்கைப் பிடிக்கும் தர்க்கவாதத்தில் கிளம்பி விட வேண்டாம். ஏனென்றால் அது பிரயோஜனப் படாது. பிரிட்டியார் இங்கு ஆட்சி புரிகிறார்கள். அவர்கள் ஆட்சி செய்வது கடவுளின் திருவுளத் தாலன்று. அவர்களிடம் அதிகாரம் இருக்கிறது. நமக்கு அவர்களை எதிர்க்கத் துணிவில்லை. இதுதான் காரணம். தெய்வ சகாயத்தாலன்று. அவர்கள் நம்மை அடக்கி ஒடுக்கிக் காலடியில் போட்டு மிதித்துத் துவைக்கிறார்கள். துப்பாக்கி, பீரங்கிகள், வெடிகுண்டு, பாணாத்தடிகள், போலீஸ் ராணுவங்கள் நமது உணர்ச்சியற்ற மானங் கெட்டத்தனம் இவைகளாலேயே அவர்கள் சமுதாயத்திற்கு விரோதமான வருந்தத்தக்க பாதகத்தை, ஒரு தேசம் மற்றொரு தேசத்தைக் கொடுமையாகக் கொள்ளையடிக்கும் குற்றத்தை வெற்றிகரமாகச் செய்து கொண்டிருக்கிறார்கள். (இதைக் கண்ணாரக் கண்டபின்னும்) கடவுள் எங்கே இருக்கிறான்? அவன் என்ன செய்து கொண்டிருக் கிறான்? மனித வர்க்கத்தின் கஷ்ட நிஷ்டூரங்களை யெல்லாம் தமாஷாகப் பார்த்து அனுபவித்துப் பொழுதுபோக்கிக் கொண்டிருக்கிறான்? அவன் ஒரு பெரும் நீரோ! மாபெரும் செங்கிஷ்கான்! வீழ்த்துங்கள் அவனை!

இனி உலக உற்பத்தி, மனித உற்பத்தி ஆகிய வைகளைக் குறித்து என்னிடம் காரணம் கேட்பீர்கள். ரொம்ப சரி. இவ்விஷயத்தைப் பற்றி நான் கூறக் கடமைப்பட்டிருக்கிறேன். இவ்விஷயத்தில் சிறிது பிரகாசமளிக்கும் பொருட்டு சார்லஸ் டார்வின் என்ற உலகப் பிரசித்தி பெற்ற விஞ்ஞானப் புலவர்

முயற்சித்திருக்கிறார். அவர் கூறும் உண்மைகளைப் படித்துப் பாருங்கள். சோகம் ஸ்வாமியால் எழுதப்பட்ட "சாதாரண அறிவு" (Common Sense) என்ற நூலையும் படித்துப் பாருங்கள்: அது உங்கள் கேள்விக்கு ஒருவாறு பதில் கூறும். இந்த உலகும் மனிதரும் இயற்கையின் ஒரு தோற்றம். பல்வேறுபட்ட பொருள்கள் தற்செயலாகக் கலந்து நெபுலே (Nebula) உருவத்திலாகிப் பிறப்பித்ததே இவ்வுலகம். எப்பொழுது? சரித்திரத்தை ஆராய்ந்து பாருங்கள். அதே பரிணாம நிகழ்ச்சியே, நாளடைவில் மிருகங்களையும், நீண்ட காலத்திற்குப்பின் மனிதனையும் உற்பவித்தது. டார்வினால் எழுதப்பட்ட "ஜீவராசிகளின் உற்பத்தி" (Origin of Species) என்ற நூல் இவ்விஷயத்தில் குறிப்பிட்டுப் படிக்கத்தக்கது. மனிதன் தோன்றியபின் நடந்த நிகழ்ச்சிகளெல்லாம், மனிதன் இயற்கையோடு இடையறாது போராடிய போராட்டமும், அவன் அவனை ஆட்சி செய்ய எடுத்துக் கொண்ட பிரயத்தனங்களுமேயாகும். இதுவே உலக உற்பத்தியைப் பற்றிய இரத்தினச் சுருக்கமான விளக்கம்.

பூர்வ ஜென்மப் பலனா?

பூர்வ ஜென்மக் கர்ம பலன் இல்லையென்றால், ஒரு குழந்தை பிறக்கும் பொழுதே, குருடாகவோ அல்லது நொண்டியாகவோ ஏன் பிறக்கிறது என்பது உங்கள் வாதத்தின் அடுத்த கேள்வி. இந்தப் பிரச்சினையானது, கேவலம் உயிர்கள் சம்பந்தப்பட்ட சங்கதிதானென்று உயிர் நூல் வல்லுநர்களால் (Biologists) விளக்கிக் காட்டப்பட்டாகிவிட்டது. அவர்களுடைய அபிப்பிராயப்படி இந்நிகழ்ச்சிகளின் பூராப் பொறுப்பும் பெற்றோர்களின் தோற் மீதுதான்

விழுகிறது. பெற்றோர்கள் தெரிந்தோ தெரியாமலோ செய்யும் செய்கைகளின் பலனாகத்தான் பிறப்பதற்கு முன்னதாகவே குழந்தைக்கு அங்கவீனம் ஏற்படுகிறது.

சாரத்தில் சிறுபிள்ளைத் தனமுடையதாயிருந் தாலும், நீங்கள் இயல்பாகவே கேட்கும் வேறொரு கேள்வியுமுண்டு. அதாவது, கடவுள் ஒருவர் இல்லையானால், ஜனங்கள் எவ்வாறு கடவுள் நம்பிக்கை கொள்ள ஆரம்பித்தார்கள்? என்பதுதான். இதற்கு விடை, சுருங்கச் சொல்லி விளங்க வைக்கலாம். அவர்கள் பூதங்களிடமும் தீய பைசாசங் களிடமும் எப்படி நம்பிக்கை கொண்டார்களோ அப்படித்தான் கடவுளிடமும் நம்பிக்கை கொண்டார்கள். ஒரு வித்தியாசமென்னவென்றால், கடவுள் நம்பிக்கை உலகம் முழுவதும் பரவியிருக் கிறது. அதன் தத்துவமும் மிக அபிவிருத்தி யடைந்திருக்கிறது. தீவிரவாதிகளில் பலர், பிறரை வஞ்சித்து வாழும் பித்தலாட்டக்காரர். பொது ஜனங்களை அடிமையாக்கிய வைத்திருக்க வேண்டு மென்ற சுயநல நோக்கத்தோடு, புத்திசாலித்தனமான ஒரு கடவுள் சிருஷ்டித்து ஆஸ்திகப் பிரச்சாரம் செய்தார்களென்றும், அப்பால் அவ்விஷயத்தில் தாங்களே அதிகாரிகளென்றும் தங்களுடைய விசேஷச் சலுகையும், அந்தஸ்தும் கடவுளாலேயே அனுமதிக்கப்பட்டதென்றும் அபிப்பிராயப் படுகிறார்கள். நான் அவ்வாறு கருதவில்லை. சர்வ மதங்களும், மத நம்பிக்கைகளும், சமயக் கொள்கை களும், சாதி ஆசாரங்களும் இன்னும் இவை போன்ற ஸ்தாபனங்களும், நாளேற ஏற, கொடுமையும், கொள்ளையும் ஒருருவாய்த் திரண்ட ஸ்தாபனங் களுக்கும், தனி மனிதருக்கும், வகுப்பாருக்கும் ஒத்து

ஊதுகிற நிலைமைக்கு வந்துவிட்டனவென்ற முக்கிய விஷயத்தில் எனக்கும், அவர்களுக்கும் வித்தியாசமில்லை. ராஜத் துரோகம் அரசனை எதிர்த்துக் குழப்பம் புரிவது மாபெரும் பாவம் என்றே சகல மதங்களும் கூறுகின்றன.

கடவுள் உற்பத்தி ஏன்?

கடவுள் உற்பத்தியைப் பற்றி என்னுடைய அபிப்பிராயம் பின்வருமாறு: மனிதன் தன்னுடைய வாழ்க்கையை வரையறுத்துத் தனக்கேற்படும் விபத்துகளையும் அவற்றைச் சமாளிக்க முடியாத தன்னுடைய பலவீனங்களையும் யோசித்துப் பார்த்த காலத்தில்தான் சோதனைக்குரிய சந்தர்ப்பங் களிலெல்லாம் தைரியமாகத் தலை கொடுப்பதற்கும், நிகழும் ஆபத்துகளை ஆண்மையுடன் தாங்கி நிற்பதற்கும், செல்வம் குன்றித் தரித்திரம் மேலிட்ட காலத்தில் மனந்தளராது இருப்பதற்கும் தைரிய மூட்டுவான் வேண்டி, மானசீகமாகக் கடவுள் உற்பத்தி செய்யப்பட்டது. அக்கடவுளை, சர்வசக்தி வாய்ந்த தனிச்சட்டங்கள் படைத்தவனென்றும், "பால் நினைந்து ஊட்டும் தாயினும் சாலப்பரிவு" கொண்ட அம்மையப்பனென்றும், கற்பித்து வெகு விரிவாகச் சித்திரிக்கப்பட்டது. ஆகையால், மனிதன் கடவுளுடைய குணாதிசயங்கள், கோபதாபங்கள், சட்ட திட்டங்களாகியவற்றைக் குறித்துத் தர்க்கித்த பொழுது அவனால் சமுதாயத்திற்குத் தீங்கு நேராதிருக்கக் கடவுள் அவனைத் தண்டித்துத் தடுக்க வேண்டியவனாயிருந்தான். கடவுள் மனிதரால் அம்மையப்பனென்று வர்ணிக்கப்பட்டு போற்றிப் புகழப்பட்ட பொழுது அவன் அவர்களுக்குத் தாயாகவும், தந்தையாகவும், சகோதரன் சகோதரி யாகவும், சிநேகிதனாகவும், துணைவனாகவும்

இருந்து தீர வேண்டியவனாவான். ஆகையால், மனிதன் தனது நண்பர்களெல்லோராலும் வஞ்சிக்கப் பட்டு, கைவிடப்பட்டு, ஆழ்ந்த துயரத்தில் அமிழ்ந்து தவிக்கும் பொழுது தனக்கு எப்பொழுதும் ஆதர வளிக்க, உற்ற துணைபுரிய, உண்மையான நண்பன் ஒருவன் இருக்கிறானென்றும், அவன்தான் கடவு ளென்றும் அவனால் எதுவும் செய்ய முடியுமென்றும் கருதுகிறான். ஆதிகாலத்தில், மனிதன் மிருகப் பிராயத்திலிருந்த நாளில் இந்த அபிப்பிராயம் உண்மையாகவே அவனுக்கு உபயோகமாயிருந்தது. கடவுள் உணர்சி கஷ்ட திசையிலிருந்தும் மனிதனுக்கு உதவி செய்யக் கூடும்.

ஆனால், மதத்தின் குறுகிய நோக்கத்தோடும், விக்கிரக ஆராதனையோடும் போராடியதுபோல் சமுதாயம் இந்தக் கடவுள் நம்பிக்கையோடும் போராடித் தீர வேண்டும். இவ்விதமாக மனிதன், தன்கையே தனக்குத் துணையாகக் கொண்டு, யதார்த்தவாதியாக முயற்சிக்கின்ற பொழுது, அவன் கடவுள் நம்பிக்கையை உதறித் தள்ளுவதோடு சந்தர்ப்பங்களாலேற்படும் துயரங்களையும், தொந்தரவுகளையும் எதிர்த்துத் தீரவேண்டி வரும். இதுதான் எனது உண்மையான நிலைமை.

தோழர்களே! இது எனது அகங்காரமல்ல. எனது ஆராய்ச்சியின் தோரணையே என்னை நாஸ்தி கனாக்கிற்று. கடவுள் நம்பிக்கையும், தினசரிப் பிரார்த்தனைகளும், சுயநலம் நிறைந்த மனிதனை அகவுரப்படுத்துகின்ற செய்கைகளென்று நான் கருது கிறேன். ஆகவே, இப்படிப்பட்ட பிரார்த்தனைகள், எனக்கு உதவி புரியக் கூடுமென்று நிரூபிக்குமா அல்லது எனது நிலைமையை இன்னும்

44 | நான் நாத்திகன் ஏன்?

மோசமாக்குமா வென்பது எனக்கே விளங்கவில்லை. நான் கஷ்ட நிஷ்டூரங்களைத் தைரியமாக எதிர்த்து நின்ற நாத்திகர்கள் பலரைப் பற்றிப் படித்திருக்கிறேன். ஆதலால், எனது முடிவுரையில், தூக்கு மேடையிற் கூட ஆண்மையுள்ள மனிதனைப் போல் தலை நிமிர்ந்து நிற்கவே முயற்சி செய்து கொண்டிருக்கிறேன்.

நண்பரின் ஆசை

நான் எவ்வாறு நாஸ்திகத்தை அனுஷ்டிக்கிறேன் என்று கூறுகிறேன். ஒரு நண்பர் பிரார்த்தனை செய்யும்படி என்னை வேண்டிக் கொண்டார். நான் எனது நாஸ்திகத்தைப் பற்றிப் பிரஸ்தாபித்தேன். அப்பொழுது அவர் "உனது கடைசி நாளில் நீ நம்பிக்கை கொள்ள ஆரம்பித்து விடுவாய்", என்றார். அவரிடம், "அன்பார்ந்த அய்யா! அப்படி நேரவே நேராது. அவ்வாறு நம்புவது, என்னை அகவுரவப் படுத்தி, அவமானப்படுத்துவதாகவே நினைப்பேன். பலவீனத்தால், சுயநல நோக்கங்களால் நான் பிரார்த்தனை செய்யப் போவதில்லை" என்று சொன்னேன். வாசகர்களே! நண்பர்களே! "இது அகங்காரமாகுமா?" அகங்காரத்தானென்றால் நான் அப்படிப்பட்ட அகங்காரத்தையே விரும்புகிறேன்.

பகத்சிங்கைப் பற்றி 'குடி அரசு'

(இந்த வியாசம் 29.3.1931-ல் வீரர் பகத்சிங் தூக்கிலிடப்பட்டது குறித்து 'குடி அரசு' இதழில் எழுதப்பட்ட தலையங்கமாகும்.)

வீரர் பகத்சிங் இவ்வாரம் தூக்கிலடப்பட்டதைப் பற்றி அனுதாபங் காட்டாதவர்கள் யாருமே இல்லை. அவரைத் தூக்கிலிட்ட காரியத்திற்காகச் சர்க்காரைக் கண்டிக்காதவர்களும் யாரும் இல்லை. அதோடு மாத்திரமல்லாமல் இந்தக் காரியம் நடந்து விட்டதற்காக காந்தியவர்களையும் கூட அநேக தேச பக்தர்கள் என்பவர்களும், தேசிய வீரர்கள் என்பவர்களும் இப்போது வைகின்றதையும் பார்க்கின்றோம்.

இவை ஒருபுறம் நடக்க, இதே கூட்டத்தாரால் மற்றொரு புறத்தில் என்ன நடக்கின்றது என்று பார்ப்போமானால், அவர்கள் சர்க்கார் தலைவரான மேன்மை தங்கிய ராஜப்பிரதிநிதி இர்வின் பிரபு அவர்களைப் பாராட்டுவதும், அவரிடம் ராஜி பேசி முடிவு செய்து கொண்ட காந்தி அவர்களைப் புகழ்வதும், பகத்சிங்கைத் தூக்கிலிடக்கூடாது என்கின்ற நிபந்தனையில்லாத ராஜி ஒப்பந்தத்தைப் பற்றி மிக்க திருப்தியடைந் திருப்பதோடல்லாமல், அதை ஒரு பெரிய வெற்றியாய்க் கருதி வெற்றிக்

கொண்டாட்டங்கள் கொண்டாடுவதுமான காரியங்கள் நடைபெறுகின்றன. இவ்வளவோடு மாத்திரமல்லாமல் காந்தியவர்கள் இர்வின் பிரபுவை மகாத்மா என்று கூறி, அந்தப்படியே அழைக்கும் படியாக தேச மகா ஜனங்களுக்குக் கட்டளையிடு வதும், இர்வின் பிரபு அவர்கள் காந்தியவர்களை ஒரு பெரிய மகான் என்றும், தெய்வத்தன்மை பொருந்தியவர் என்றும் வெள்ளைக்காரர்கள் அறிய விளம்பரம் செய்வதுமான காரியங்கள் நடைபெறு கின்றன.

ஆனால், இப்போது வெகு சீக்கிரத்திலேயே அதே மக்களால், "காந்தீயம் வீழ்க", "காங்கிரஸ் அழிக", "காந்தி ஒழிக" என்கிற கூச்சல்களும், காந்தியவர்கள் செல்லுகின்ற பக்கம் கருப்புக் கொடிகளும், அவர் பேசும் கூட்டங்களில் குழப்பங்களும் செய்வது சகஜமாகி விட்டன.

இவைகளெயல்லாம் பார்க்கும் போது அரசியல் விஷயமாய் நமது பொது ஜனங்களுடைய அபிப் பிராயம் என்ன? அவர்களது கொள்கைதான் என்ன? என்பவைகளைக் கண்டுபிடிக்கவே முடியாமல் இருப்பதோடு நம் மக்களில் யாருக்காவது ஏதாவது ஒரு கொள்கை உண்டா? என்று சந்தேகிக்க வேண்டியதாக இருக்கிறது.

எது எப்படி இருந்த போதிலும் காந்தியவர்களின் உப்பு சத்தியாக்கிரகக் கிளர்ச்சியின் ஆரம்பக் காலத்திலேயே "இக்கிளர்ச்சி மக்களுக்கோ, தேசத்திற்கோ சிறிதும் பயன்படாது" என்றும் பயன் படாமல் போவதோடல்லாமல், தேசத்தின்

முற்போக்குக்கும், கஷ்டப்படும் மக்களின் விடுதலைக்கும் விரோதமானது” என்றும் எவ்வளவோ தூரம் எடுத்துச்சொன்னோம். நாம் மாத்திரமல்லாமல், காந்தியவர்களே, இக்கிளர்ச்சி ஆரம்பிப்பதற்கு முக்கியக் காரணம் பகத்சிங் போன்றவர்கள் செய்யும் காரியங்களைத் தடுப்பதற்கும், ஒழிப்பதற்குமே என்ற கருத்துப்பட நன்றாய் வெளிப்படையாகவே எடுத்துச் சொல்லி யிருக்கின்றார். போதாக்குறைக்கு அக்கம் பக்கத்துத் தேசத்தவர்களில் உண்மையான சமதர்மக் கொள்கை உடைய தேசத்தார்களும் “காந்தியவர்கள் ஏழைகளை வஞ்சித்து விட்டார்; சமதர்மக் கொள்கைகளை ஒழிக்கவே இக்காரியங்கள் செய்கின்றார்: காந்தி ஒழியவேண்டும்; காங்கிரஸ் அழிய வேண்டும்” என்று ஆகாயம் முட்டக் கூப்பாடு போட்டுக் கொண்டு இருந்தது யாவருக்கும் தெரியும்.

ஆனால், நமது “தேசீய வீரர்கள், “தேச பக்தர்கள்” என்பவர்கள் இவை ஒன்றையும் கவனியாமல், பலா பலனையும் உணராமல் விளக்கைப் பிடித்துக் கொண்டு கிணற்றில் விழுவது போலவும், பந்தயங் கூறிக் கொண்டு பாறையில் முட்டிக் கொள்வது போலவும் தலை கிறுகிறுத்துக் கண் தெரியாமல் கூத்தாடினார்கள். அதன் பயனாய்ச் சிறை சென்று வீரர்களாய் “வாகை மாலை சூடி” திரும்பி வந்தார் கள். அதன் பெருமைகளையும் அடைந்து கொண் டார்கள். பிறகு இப்போது பகத்சிங் தூக்கிலிடப் பட்டதைப் பார்த்து விட்டு “காந்தீயம் வீழ்க”, “காங்கிரஸ் அழிக” “காந்தி ஒழிக” என்று கூப்பாடும் போடுகின்றார்கள். இதனால் என்ன பயன் ஏற்பட்டு விடும் என்பது நமக்கு விளங்கவில்லை.

பகத்சிங்கின் திருப்தி

நிற்க! நம்மைப் பொறுத்தவரை நாம் உண்மையைச் சொல்ல வேண்டுமானால், பகத்சிங் அவர்கள் இந்த மாதிரி பொறுப்பும் கவலையும் அற்ற மூட மக்களும், மட மக்களும் பலாபலனை எதிர்பாராமல் எப்படியாவது தங்களுக்கும் கவுரவம் கிடைத்தால் போதுமென்ற சுயநல மக்களும் உள்ள நாட்டில் உயிருடன் வெகுகாலம் இருந்து கொண்டு இவர்களது நடவடிக்கைகளைப் பார்த்துக் கொண்டு வினாடி தோறும் வேதனைப்பட்டு இவர்களது முட்டுக் கட்டைகளை அனுபவித்துக் கொண்டிருப்பதைப் பார்க்கிலும் அவர் தன் உயிரை விட்டு மறைய நேர்ந்தது அவருக்கு 'பகத்சிங்'கிற்கு மெத்த 'சாந்தி' என்றும், நன்மையென்றுமே கருதுகின்றோம். அந்தப் பேற்றை நாம் அடைய முடியவில்லையே என்று கூட கவலைப்படுகின்றோம்.

ஒரு மனிதன் தன் கடமையைச் செய்தானா? இல்லையா? என்பதுதான் கேள்வியே தவிர, பலன் என்ன ஆச்சுது என்பது இங்கு நமது கேள்வி அல்ல. என்றாலும் அக்கடமைகளைக் "காலமறிந்து இடமறிந்து செலுத்த வேண்டும்" என்பதை நாம் ஒப்புக் கொள்ளுகின்றோமெனினும், பகத்சிங் கொள்கைக்கு காலமும், இடமும் நடப்பும் விரோதமில்லை என்றும், பொருத்தமாய் உள்ளதென்றும் சொல்லுவோம். ஆனால் அவர் தனது கொள்கையை நிறைவேற்றக் கைக்கொண்ட முறைகளில் சிறிது தவறு நேர்ந்து விட்டது என்பதாக நம் புத்திக்குத் தோன்றியபோதிலும் அவரது கொள்கை குற்றமுடையது என்று சொல்ல நாம் ஒருக்காலும் துணியவே மாட்டோம். அதுவேதான் உலகத்தின் சாந்தநிலைக் கொள்கையுமாகும்.

பகத்சிங் நடந்து கொண்டது சரிதான்!

உண்மையிலேயே பகத்சிங் அவர்கள் தனது கொள்கைகள் முழுவதையும் சரி என்று மனப் பூர்த்தியாய் நிச்சயித்துக் கொண்டு அதை நிறைவேற்ற அவர் நடந்து கொண்ட மாதிரிகள்தான் சரியான மார்க்கம் என்று அவர் முடிவும் செய்து கொண்டு இருந்து இருப்பாரேயானால், கண்டிப்பாக அவர் நடந்து கொண்டபடியே தான் நடந்து இருக்க வேண்டியதென்று நாம் சொல்லுவதோடு, அந்தப்படி அவர் நடக்காமல் இருந்திருந்தால் அவர் யோக்கிய மான மனிதரென்று சொல்ல முடியாது என்றும் சொல்லுவோம். ஆதலால், நாம் அவரை ஒரு உண்மையான பக்தர் என்று சொல்லுவோம். இந்தியாவுக்கு பகத்சிங் கொள்கைதான் உண்மையாக வேண்டியது என்பது நமது பலமான அபிப்பிராய மாகும். ஏனெனில், நாமறிந்தவரை பகத்சிங்கிற்கு சமதர்மமும், பொதுவுடைமையும்தான் அவரது கொள்கையென்று கருதி இருக்கிறோம். இதற்கு உதாரணம் என்னவென்றால், பகத்சிங் பஞ்சாப் கவர்னருக்கு எழுதிய கடிதத்தில் கீழ்க்கண்ட வாக்கியம் காணப்படுகிறது. அதாவது,

"பொது உடைமைக் கட்சி அதிகாரம் பெற்று ஜனங்களுக்குள் வித்தியாசமான அந்தஸ்துகள் இல்லாமல் இருக்கும்வரை எங்கள் யுத்தம் நடந்து கொண்டுதானிருக்கும். எங்களைக் கொல்வதோடு இந்த யுத்தம் முடிந்து விடாது; அது பகிரங்கமாகவும், ரகசியமாகவும் நடந்துதான் தீரும்" என்று குறிப் பிட்டிருக்கிறார். அன்றியும் அவர் கடவுள் விஷயத் திலோ "எல்லாம் கடவுள் செயல்" என்பதிலோ, நம்பிக்கை இல்லாத தன்னம்பிக்கையுடையவர் என்றும் கருதிக் கொண்டிருக்கின்றோம். ஆகவே,

அவரது இந்தக் கொள்கையானது எந்தச் சட்டத்தின்படியும் குற்றமாகக் கூடியது அல்ல வென்றும், ஆவதாயிருந்தாலும்கூட யாரும் பயப்பட வேண்டியதில்லை என்றும் சொல்லுவோம். ஏனென்றால், இதனால் பொதுமக்களுக்கு எவ்வித நஷ்டமோ கஷ்டமோ ஏற்பட்டுவிடாது என்று உறுதி கொண்டிருக்கிறோம். அந்தப்படி ஒருசமயம் ஏதாவது ஏற்படுவதாயிருந்தாலும் நாம் நம் மனப்பூர்வமாய் யாதொரு தனிமனிதனிடமாவது, தனி வகுப்பினிடமாவது, தனி தேசத்தினிடமாவது துவேஷம் இல்லாமலும், எந்தத் தனி மனிதனுடைய திரேகத்திற்கும் துன்பமுண்டு பண்ணாமலும் நம்மை எவ்வளவு தூரம் வேண்டுமானாலும் கஷ்டப்படுத்திக் கொள்ளவும் சம்மதிக்கின்றதான தியாகத் தன்மையுடன் இருந்து கொண்டுதான் இக் கொள்கையை நிறைவேற்ற முயற்சிக்கிறோம். ஆதலால்தான் நாம் எதற்கும் கவலைப்படவோ பயப்படவோ வேண்டியதில்லை என்று சொல்லு கின்றோம்.

தீண்டாமையும், ஏழ்மையும்!

இன்னும் விளக்கமாகச் சொல்ல வேண்டுமானால், சாதாரணமாக நாம் தீண்டாமை ஒழிய வேண்டும் என்று சொல்லுவதில் என்ன தத்துவம் அடங்கி இருக்கின்றதோ அதுதான் மக்களின் ஏழ்மைத் தன்மையை ஒழிக்க வேண்டும் என்பதிலும் அடங்கி இருக்கின்றது.

தீண்டாமை ஒழிவதாயிருந்தால் எப்படி மேல் ஜாதி, கீழ்ஜாதி தத்துவம் அழிந்து தானாக வேண்டும் என்கிறோமோ அதுபோலத் தான் ஏழ்மைத் தன்மை ஒழிவதாயிருந்தால் முதலாளித்தன்மை, கூலிக்காரத்

தன்மை ஒழிந்துதானாக வேண்டும் என்கின்றோம். ஆகவே, இந்தத் தன்மைகள் மறைபடுவதுதான் சமதர்மத் தன்மை. பொதுவுடைமைத் தன்மை என்பவைகளே ஒழிய வேறில்லை. இந்தக் கொள்கைகள் தான் பகத்சிங் போன்றவர்களின் கொள்கைகள். ஆதலால், இக்கொள்கைகளை நியாயமானவையென்றும், அவசியமானவை யென்றும் கருதுகின்ற ஒருவன், காங்கிரஸ் ஒழிக! காந்தியம் அழிக!! என்று சொல்லுவதில் நமக்கு ஆச்சரியமோ குற்றமோ ஒன்றுமே தோன்றவில்லை. ஆனால் “நாங்களும் இதே கொள்கையைத்தான் கொண்டவர்கள்” என்று சொல்லிக் கொள்ளுபவர்கள், “காங்கிரசுக்கு ஜே. “காந்திக்கு ஜே” என்று சொல்லு வதுதான் நமக்கு மிக மிக ஆச்சரியமாக இருக்கின்றது.

காந்தியாரும் பார்ப்பனீயமும் ஒன்றே

காந்தியவர்கள் என்றைய தினம் கடவுள்தான் தன்னை நடத்துகின்றார் என்றும், வர்ணாச்சிரமந்தான் உலக நடப்புக்கு மேலானதென்றும், எல்லாம் கடவுள் செயல் என்றும் சொன்னாரோ அன்றே பார்ப்பனீயத்திற்கும், காந்தீயத்திற்கும் வித்தியாச மில்லை என்று கருதியதுடன் அகத்துவம் கொண்ட காங்கிரசு ஒழிந்தாலொழிய நாட்டுக்கு நன்மை இல்லையென்றும் கருதிவிட்டோம். ஆனால் அந்த உண்மையை இன்றாவது மக்களில் சிலராவது கண்டுபிடித்து, “காந்தீயம் அழிக” என்று சொல்லத் தக்க அறிவையும், துணிவையும் அடைந்திருக்கிறார்கள் என்கின்ற விஷயம் நமக்கு மிகுதியும் மகிழ்ச்சியையும், நம்பிக்கையையும் கொடுக்கத்தக்கதாய் இருக்கின்றது. அன்றியும், இது நமது கொள்கைகளுக்கு ஒரு பெரிய வெற்றியுமாகும்.

பகத்சிங் தூக்கிலிடப்பட்டு உயிர் துறந்திருக்காவிட்டால் இந்த வெற்றி இவ்வளவு பிரபலத்தில் ஏற்படுவதற்கு ஆதாரமே இருந்திருக்காது. மேலும், பகத்சிங்கைத் தூக்கிலிடாமல் இருந்திருந்தால் காந்தீயத்திற்கு இன்னமும் ஆக்கம் ஏற்பட்டு இருக்கும் என்று கூடச் சொல்லுவோம். சும்மா தானாகவே நோய் கொண்டு அவஸ்தைப்பட்டுச் செத்துச் சாம்பலாகி இருக்கவேண்டிய பகத்சிங்கு, இந்திய மக்களுக்கு - ஏன் உலக மக்களுக்கே உண்மையான சமத்துவமும், சாந்தியும் அளிக்கத்தக்க பாதையைக் காட்டுவதற்குப் பயன்படத்தக்கதாய் தனது உயிரை விட நேர்ந்தது சாதாரணத்தில் வேறு எவரும் அடைய முடியாத பெரும் பேறு என்றே சொல்லி, பகத்சிங்கை மனமார, வாயார, கையாரப் பாராட்டுகின்றோம்! பாராட்டுகின்றோம்!! பாராட்டுகின்றோம்!!! இதே சமயத்தில் நமது அரசாங்கத் தாரையும் இனியும் இப்படிப்பட்ட உண்மையான எண்ணமுடையவர்களாகப் பார்த்து, மாகாணத்திற்கு 4 பேர் வீதமாவது தூக்கிலிட வேண்டுமென்றும் மனமார வேண்டுகின்றோம்.

விஞ்ஞான அடிப்படையில் சமுதாயத்தை காண்பது தான் உண்மை, என்பதனை ஓரளவு விளக்கவே இந்நூல் எழுதப் பட்டுள்ளது.

கடவுள் கற்பனையே
புரட்சிகர மனித வரலாறு
ஏ.எஸ்.கே

விலை: ரூ. 70

மார்க்ஸீயத்தைப் பற்றி விரிவாகவும்
தெளிவாகவும் தெரிந்து கொள்ளுமாறு,
மார்க்ஸின் இந்த வாழ்க்கைச் சரிதம்
நம்மைத் தூண்டுகிறது

கார்ல் மார்க்ஸ்

வெ. சாமிநாத சர்மா

விலை: ரூ. 80

பெண்கள் அடிமைத்தனத்திலிருந்து விடுபட்டுச் சுதந்திர மக்களாக வாழ முடியும் என்பதை எடுத்துக்காட்டவுமான கருத்தை முக்கியமாகக் கொண்டு எழுதப்பட்டவையாகும்.

பெண் ஏன் அடிமையானாள்?

தந்தை பெரியார்

விலை: ரூ. 50